പൂർണ

2022

സായിപ്രഭ

വയനാട് ജില്ലയിലെ മാനന്തവാടിയിൽ ഒഴക്കോടി എന്ന ദേശത്ത് കെ. പുരുഷോത്തമൻ നമ്പ്യാരുടെയും കെ. ശാന്തകുമാരിയുടെയും മകളായി 1968 ജൂൺ 19-ന് ജനിച്ചു. യഥാർത്ഥ പേര് അനിത കെ. വിദ്യാഭ്യാസം എം.എ., ബി.എഡ്. സെറ്റ് (മലയാള സാഹിത്യം) എം.എസ് ഓഫീസ്, ഡി.റ്റി.പി. (കമ്പ്യൂട്ടർ), ഹയർ സെക്കന്ററി വിദ്യാലയത്തിൽ ഗസ്റ്റ് അധ്യാപികയായി ജോലി ചെയ്യുന്നു. കോളേജ് വിദ്യാഭ്യാസകാലത്തുതന്നെ കോഴിക്കോട് ആകാശവാണിയിൽ കഥകൾ അവതരിപ്പിച്ചു തുടങ്ങി. ജില്ലാ-സംസ്ഥാന തലങ്ങളിൽ കഥാരചന, ഉപന്യാസം, പഠനം എന്നിവയിൽ അംഗീകാരം ലഭിച്ചു. 'ഡിലേമ' എന്ന കഥാസമാഹാരത്തിലെ ഡിലേമ എന്ന കഥയ്ക്ക് K.S.T.C (കേരള സ്റ്റേറ്റ് ടീച്ചേഴ്സ് സെന്റർ) സിൽവർ ജൂബിലി അവാർഡ് (2009) ലഭിച്ചിട്ടുണ്ട്. ആനുകാലികങ്ങളിൽ എഴുതാറുണ്ട്. കഥാസമാഹാരങ്ങൾ: സ്നേഹമുദ്ര, ഡിലേമ, ഗുൽമഖായ് കീ ജയ്. ഭർത്താവ്: രാധാകൃഷ്ണൻ (ആർ. കെ. ഇരവിൽ). മകൾ: സായിശ്രീ. വിലാസം: 'ശ്രീപാദം', പറമ്പിൽ പി.ഒ,. പറമ്പിൽ ബസാർ, കോഴിക്കോട്.

ചെറുകഥാസമാഹാരം

വസുന്ധരേ മാപ്പ്

സായിപ്രഭ

പൂർണ പബ്ലിക്കേഷൻസ്, കോഴിക്കോട്

കോഴിക്കോട് ▪ കല്പറ്റ ▪ തിരുവനന്തപുരം

POORNA
SINCE 1966

Vasundhare Mappu
Short Stories
Sayiprabha

Malayalam
First Edition: September 2022

Cover: Rabeesh

Typesetting: Poorna, Clt.
Printing: Redstar

ISBN: 978-81-300-2536-0
9809 (8-2022) 271.I.0.e

Published by:
POORNA PUBLICATIONS, KOZHIKODE
TBS Building, G.H. Road, Kozhikode-673001
Ph: 0495-2720085, 2720086, 2721025

Branches: **Kalpetta** 04936-203842
Thiruvananthapuram 0471-2570504

e-mail:tbsbook@gmail.com
Online Bookstore: www.tbsbook.com

ഉള്ളടക്കം

നിഗൂഢതയുടെ പുഞ്ചിരി

വിജിയുടെ ആദ്യപ്രസവമാണ്. ഡെയിറ്റ് അടുക്കുന്തോറും മനസ്സിന്റെ ടെൻഷനും വർദ്ധിച്ചു.

അതിന് കാരണവുമുണ്ട്. 'ഇരട്ടക്കുട്ടികളാണ്, സൂക്ഷിക്കണം' എന്ന് പ്രത്യേകം ലേഡി ഡോക്ടർ ഓർമ്മിപ്പിച്ചിട്ടുണ്ട്. പൂർണവിശ്രമവും വേണം. ഹൈ റിസ്ക്ക് കേസാണത്രേ.

സ്കാനിംഗ് റിപ്പോർട്ടുകളൊക്കെ അടുത്തുതന്നെയുണ്ട്. രക്തഗ്രൂപ്പും മറ്റ് അത്യാന്താപേക്ഷിത ടെസ്റ്റും വിജയകരമായി പൂർത്തിയാക്കിയിട്ടുണ്ട്.

'പിന്നെന്തിന് പേടിക്കണം' - എന്ന് അയലത്തെ അമ്മമാരെല്ലാം മനസ്സിന് ബലം തന്നിട്ടുമുണ്ട്.

മുത്തശ്ശിമാരും തൊണ്ണകാട്ടി പറയുന്നു - "പേറിൽ ചരിത്രം സൃഷ്ടിച്ചവരാണ് ഞങ്ങൾ. എന്നിട്ട് ഞങ്ങൾക്കൊന്നും പറ്റിയിട്ടില്ലല്ലോ."

അന്ന് ഡോക്ടറുമില്ല. രോഗിയുമില്ല. എല്ലാം വയറ്റാട്ടിമാരുടെ സാമർത്ഥ്യത്തിൽ ഒരുങ്ങുന്നു.

ഇന്നാണെങ്കിൽ ഗർഭിണിയാണെന്ന് അറിയുന്നതുമുതൽ ഡോക്ടേർസ് പാനലിന്റെ കോപ്പി ഇന്റർനെറ്റ് വഴി സ്വന്തമാക്കും. വിദഗ്ധഡോക്ടറെ കൈപ്പിടിയ്ക്കുള്ളിലാക്കും.

പണത്തിന് വിലയില്ലാത്ത കാലമത്രേ. അതുകൊണ്ട് ലക്ഷങ്ങൾ ആശുപത്രി മാനേജരുടെ മേശയ്ക്കുള്ളിലെത്തും.

ഇവിടെ പാവപ്പെട്ടവനും പണക്കാരും ഇക്കാര്യത്തിൽ തുല്യർ. പണക്കാർ സമ്പാദ്യത്തിൽ നിന്ന് എടുക്കുമ്പോൾ പാവപ്പെട്ടവൻ പലിശയ്ക്ക് വാങ്ങിയും കാര്യം നിർവ്വഹിക്കുന്നു.

ഏതെങ്കിലും ഒരു കാര്യത്തിലെങ്കിലും തുല്യത വേണമല്ലോ. അതിങ്ങനെയായി എന്നേ കരുതേണ്ടൂ.

'ങാ.... വിജി....' അവളിപ്പോൾ വലിയ ബേജാറിൽ തന്നെയാണ്.

അവൾ ഇതൊരു മഹാസംഭവമായി തന്നെ കാണുന്നു. ചില സംഭവങ്ങൾ വൈദ്യശാസ്ത്രത്തിന്റെ തിലകക്കുറിയായി മാറാൻ നിമിഷങ്ങൾ മാത്രം മതിയാവുന്ന കാലവുമാണിത്.

അസ്വാഭാവിക പ്രസവത്തിന്റെ എന്തെല്ലാമോ അരുതായ്കകൾ അവളുടെ ഗർഭപാത്രം മനസ്സിലാക്കിത്തുടങ്ങിയിരിക്കുന്നു എന്ന് ആ മുഖം കണ്ടാലറിയാം.

അനിർവ്വചനീയമായ മണ്ഡലത്തിലൂടെ, ഇരട്ടഭ്രൂണത്തെയും വഹിച്ച് ഒരു കാവൽക്കാരനെപ്പോലെ ഗർഭപാത്രം കാത്തിരിപ്പ് തുടങ്ങിയിട്ട് മാസങ്ങൾ പലത് കഴിഞ്ഞു.

ചില മുഴക്കങ്ങളും ചീറ്റലുകളും വലിഞ്ഞുമുറുക്കവും ഗർഭപാത്രമാകുന്ന 'ഉറ'യ്ക്കുള്ളിൽ നടക്കാൻ തുടങ്ങിയതിന്റെ പ്രതിഫലനമാണിത്.

ക്ഷീണവും ശരീരവേദനയും ഇതിന്റെ അകമ്പടിയായുണ്ട്. നടുവേദന സുഷുമ്നാനാഡിയിലൂടെ കുഞ്ഞുഞരമ്പുകൾ വരെ മാറിമാറിയെത്തുന്നു.

ഒരു കൈത്താങ്ങായി ഭർത്താവും അടുത്തുണ്ട്.

'സാരമില്ല. പ്രസവത്തോടെ എല്ലാം ശരിയാകും. നീയൊന്ന് മനഃസമാധാനത്തോടെ നമ്മുടെ കുഞ്ഞുങ്ങളെപ്പറ്റി ആലോചിക്ക്.'

'കുഞ്ഞുങ്ങൾ രണ്ടായതുകൊണ്ടാവാം ഈ വിമ്മിട്ടം അല്ലേ.'

'ഓ, ഒറ്റപ്രസവത്തിൽ അഞ്ച് മക്കൾ പിറന്ന് പഞ്ചരത്നങ്ങളായ ചുണക്കുട്ടികളെ നീ മറന്നുവോ?'

'ങാ... അത്.... അത്....' പിന്നെയവൾ ഒന്നും മിണ്ടിയില്ല.

വിജിയുടെ പ്രയാസം മനസ്സിലാക്കിയ ഭർത്താവ് ശ്രീകാന്ത് അവളെ ഡെയിറ്റിന് ഒരു മാസം മുൻപുതന്നെ ആശുപത്രിയിൽ അഡ്മിറ്റ് ചെയ്തു.

ഡോക്ടേർസും നേഴ്സും അടിക്കടി റൂമിൽ പോയി വരുന്നത് കാണുമ്പോൾ ഈയിടെ ശ്രീകാന്തിനും ഭയം തോന്നാൻ തുടങ്ങി.

മറ്റു ഗർഭിണികളുടെ അടുത്ത് ഒരിക്കൽ മാത്രം വിസിറ്റ് നടത്തുന്ന ഡോക്ടർ വിജിയെ ചെക്കുചെയ്യുന്നത് മൂന്നു തവണയാണ്.

ഒരുമിച്ച് ഒരു കൂട്ടം ഡോക്ടർമാർ ഇംഗ്ലീഷിൽ എന്തെല്ലാമോ പറഞ്ഞ് ഫയലിൽ എഴുതുന്നുമുണ്ട്.

അവർക്ക് വിജിയോട് സഹതാപം തോന്നുന്നതുപോലെ തോന്നുന്നു. മനസ്സിന് ധൈര്യം സംഭരിക്കാനായി കൗൺസിലിംഗും നടത്തുന്നുണ്ട്.

ഡെയിറ്റിന്റെ ഒരാഴ്ച മുമ്പുതന്നെ വിജിയെ ഓപ്പറേഷൻ തിയേറ്ററിലേക്ക് മാറ്റി.

ഭർത്താവായ ശ്രീകാന്ത് പുറത്തു നിൽക്കുന്നത് അവൾ ശ്രദ്ധിക്കുന്നതു പോലുമില്ല.

മരുന്നും ഇഞ്ചക്ഷൻ സൂചിയും ഓക്സിജൻ സിലിണ്ടറും ഓപ്പറേഷൻ തിയേറ്ററിലേക്ക് സഹായികൾ എത്തിക്കുന്നു. നേഴ്സ് തിരക്കിട്ട് ഓടുന്നതും കാണാം.

വാതില്ക്കൽ നിന്ന് എന്തെങ്കിലും ചോദിക്കണമെന്ന് കരുതിയതാണ്. പിന്നെ വഴക്കുകേൾക്കേണ്ട - എന്നു കരുതി എല്ലാം നിരീക്ഷിച്ചുകൊണ്ടിരുന്നു.

'ശ്രീകാന്ത് എവിടെ? ഒരു ഒപ്പ് വേണം.' നേഴ്സ് വിളിച്ച് കൂവുന്നു.

ഒന്നും ചോദിക്കാൻ അവസരം തരാതെ - എന്തെല്ലാമാണ് അതിൽ എഴുതിയതെന്നും വായിക്കാൻ സമയം തരാതെ - നേഴ്സ് പറഞ്ഞ ഇടങ്ങളിലെല്ലാം ഒപ്പിട്ടുകൊടുത്തു. കിട്ടേണ്ട താമസം നേഴ്സ് ഓപ്പറേഷൻ തിയേറ്ററിലേക്ക് കുതിച്ചു.

ഭാര്യയ്ക്ക് ഒന്നും സംഭവിക്കാതിരിക്കാനായി ശ്രീകാന്ത് ദൈവവിശ്വാസിയല്ലാതിരുന്നിട്ടും നേർച്ച നേർന്നു.

അല്പം കഴിഞ്ഞപ്പോൾ ലേബർറൂമിൽ നിന്നും കുഞ്ഞിന്റെ കരച്ചിൽ കേട്ടു. അത് വിജി തന്നെയാവണം.

ഊഹം ശരിയായിരുന്നു. ഒരു സെക്കന്റ് കൊണ്ട് പറന്നെത്തിയ നേഴ്സ് വാതിൽ അല്പം തുറന്ന് തല പുറത്തേക്കിട്ട് ശ്രീകാന്തിനെ വിളിച്ചു.

'വിജി പ്രസവിച്ചു. ഇരട്ടക്കുട്ടികൾ. ഓപ്പറേഷനാണ്. കുട്ടികളുടെ ആരോഗ്യസ്ഥിതിയെപ്പറ്റി ഒന്നും പറയാൻ പറ്റുന്ന അവസ്ഥയിലല്ല ഇപ്പോഴുള്ളത്. ഒരു ഇഞ്ചക്ഷൻ മരുന്ന് വേണം. പെട്ടെന്നുതന്നെ.'

വാതിൽ വലിച്ചടച്ച് നേഴ്സ് ഓപ്പറേഷൻ തിയേറ്ററിലേക്ക് കുതിച്ചു.

അതിനെക്കാൾ വേഗതയിൽ ശ്രീകാന്തും മരുന്നുമായെത്തി.

ഇഞ്ചക്ഷൻ കൊടുത്തു. ഭാര്യ നല്ല മയക്കത്തിലാണ്.

'എന്റെ കുട്ടികൾ....' ശ്രീകാന്ത് തൊണ്ടയിടറിക്കൊണ്ട് ചോദിച്ചു.

'വെയ്റ്റ്, വെയ്റ്റ്.'

'കാത്തിരിപ്പ് ദുസ്സഹമാണ്. ചിലപ്പോൾ ചില സമയങ്ങളിൽ പ്രത്യേകിച്ചും.' ശ്രീകാന്ത് ചിന്തിച്ചു.

നേഴ്സ് മുൻപ് പറഞ്ഞ വാചകം ഓർമ്മിച്ചു. 'It is very serious case.'

ഇനിയെന്തു ചെയ്യേണ്ടൂ എന്നറിയാതെ അന്വേഷണ റൂമിന്റെ അടുത്തേക്ക് ശ്രീകാന്ത് പാഞ്ഞെത്തി.

'പ്ലീസ് ഒന്നു പറയൂ, ഇപ്പോൾ ഓപ്പറേഷൻ നടന്ന 124-ാം നമ്പർ സ്ത്രീയുടെ കുഞ്ഞുങ്ങൾ...'

'വൺ മിനിറ്റ് വെയിറ്റ്.' അന്വേഷണത്തിലെ സുന്ദരി ആരെയോ ഫോൺ വിളിച്ച് വിവരം തന്നു.

'കുഞ്ഞുങ്ങളെ ക്രിറ്റിക്കൽ ഐ.സി.യു.വിലേക്ക് മാറ്റിയിരിക്കുന്നു. വേറെ കുഴപ്പമൊന്നുമില്ല.'

'നവജാത ശിശുക്കളുടെ ഐ.സി.യു.വിൽ പ്രത്യേകം ശ്രദ്ധ കിട്ടാൻ സയാമീസ് ഇരട്ടകളായ കുഞ്ഞുങ്ങളെ സ്പെഷ്യൽ കെയ്സ് ആയി കിടത്തിയിരിക്കുകയാണ്.'

അപ്പോൾ വിജി കണ്ടിരിക്കുമോ? ആ കുഞ്ഞുങ്ങൾ എങ്ങനെയിരിക്കും? ആറ്റുനോറ്റ് കാത്തിരുന്ന കുഞ്ഞുങ്ങൾ - അത് സയാമിസ് ആണെങ്കിലും എനിക്ക് കണ്ടേ തീരൂ.

വാശിയോടെ ശ്രീകാന്ത് ഡോക്ടേഴ്സ് റൂമിനടുത്തേക്ക് നടന്നു.

'സർ, 124-ാം നമ്പർ വിജിയുടെ കുഞ്ഞുങ്ങൾ... അവരുടെ പിതാവാണ് ഞാൻ. എനിക്കൊന്നു കണ്ടുകൂടെ.'

'വെയിറ്റ്... വെയിറ്റ്. അവരിപ്പോൾ ഡോക്ടേഴ്സ് പാനലിന്റെ നിരീക്ഷണത്തിലാണ്. അവരെ വേർപെടുത്താൻ കഴിയുമോ എന്ന ആലോചനയിലാണ് ഞങ്ങൾ.'

'നിങ്ങളിങ്ങനെ തിരക്ക് പിടിച്ചാലോ? നിങ്ങളെക്കാൾ ടെൻഷനിലാണ് ഞങ്ങൾ. കുട്ടികളെ വേർപെടുത്തി നിങ്ങളെ ഏല്പിക്കുന്നതിലാണ് ഈ ആശുപത്രിയുടെ വിജയം. നിങ്ങൾക്ക് നയാപൈസ ചെലവില്ലാതെ ഞങ്ങളത് നടത്തിത്തരും.'

'എനിക്കെന്റെ കുഞ്ഞുങ്ങളെ കാണണം. കണ്ടേ തീരൂ.' ശ്രീകാന്ത് വാശിപിടിച്ചു.

ഡോക്ടർ ബെല്ലടിച്ചു. നേഴ്സ് കുതിച്ചെത്തി.

'ശരി. ഇയാൾക്ക് അയാളുടെ കുഞ്ഞുങ്ങളെ കാണിച്ചുകൊടുക്കൂ. അക്ഷമയങ്ങ് തീരട്ടെ.'

നേഴ്സ് ശ്രീകാന്തിനെയും കൂട്ടി നവജാത ഐ.സി.യു.വിലേക്ക് നടന്നു. കുറെ കുഞ്ഞുങ്ങളെ ടാഗ് കെട്ടി കിടത്തിയിരിക്കുന്നു.

പെട്ടെന്നാണ് 124–ാം നമ്പർ ടാഗ് കണ്ടത്. വിജിയുടെ മുഖമുള്ള രണ്ട് കുഞ്ഞുങ്ങൾ. കഴുത്തിന് താഴോട്ട് ഒരിക്കൽ കൂടി നോക്കി. നാല് കയ്യും നാല് കാലുമുണ്ട്. വയറുകൾ തമ്മിൽ കൂട്ടിയൊട്ടിയിരിക്കുന്നു.

അപൂർവ്വ ജന്മമാണ് തങ്ങളുടേതെന്ന് അറിയാതെ മുഖത്തോട് മുഖം നോക്കി കൈകാലുകൾ ഇളക്കുന്ന അവരാണ് ലോകത്തിലെ സൗന്ദര്യ റാണികൾ എന്ന് തോന്നിപ്പോയി.

ചുരുളൻ മുടിയുള്ള, കറുത്ത കണ്ണുള്ള, തുടുത്ത കവിളുള്ള, ഓമനത്വമുള്ള കുഞ്ഞുങ്ങൾ. ആ നോട്ടത്തിൽ ആനന്ദത്തിന്റെ തെളിച്ചമുണ്ട്. ആ കിടത്തത്തിൽ അപൂർവ്വതയുടെ തിളക്കമുണ്ട്. ചേർത്തൊട്ടിയ വയറിൽ സാഹോദര്യത്തിന്റെ സൗഹൃദമുണ്ട്. ആ ചലനത്തിൽപ്പോലും നിഷ്കളങ്കതയുടെ യാഥാർത്ഥ്യമുണ്ട്.

'സമയം കഴിഞ്ഞു. പുറത്തേയ്ക്ക് പോകാം.'

'ശരി, പോകാം. പോകണം. അച്ഛനായാലും പോകണം. കുട്ടികൾ ഇപ്പോൾ ആശുപത്രിയുടേതാണ്. It is a very special case' - എന്നാണല്ലോ നേഴ്സ് പറഞ്ഞുകൊണ്ടിരിക്കുന്നത്.

'വിജി. അവളോട് എന്താണ് പറയുക?' വിജിയെ കിടത്തിയ വാർഡിലേക്ക് നടക്കുമ്പോൾ ശ്രീകാന്ത് മനസ്സിന് ശക്തി സംഭരിക്കുകയായിരുന്നു.

ശ്രീകാന്തിനെ കണ്ടയുടനെ അവൾ പറഞ്ഞു. 'ഞാൻ പറഞ്ഞില്ലേ എന്റെ കുഞ്ഞുങ്ങൾക്ക് എന്തോ പ്രശ്നമുണ്ടെന്ന്.'

'ആരു പറഞ്ഞു. ഒരു പ്രശ്നവുമില്ല. ഞാൻ കണ്ടിട്ടല്ലേ വരുന്നത്. ചുണക്കുട്ടികളാണവർ. സൃഷ്ടിയിൽ ദൈവത്തിന് എന്തോ പിഴ പറ്റിപ്പോയതാണെന്ന് ആശ്വസിക്കണം. നൂതനസാങ്കേതികവിദ്യയുള്ള യുഗത്തിലല്ലേ നാം ജീവിക്കുന്നത്? എല്ലാം ശരിയാകും. എല്ലാം.' ശ്രീകാന്ത് അവളെ ആശ്വസിപ്പിച്ചു.

ഒരാഴ്ച കഴിഞ്ഞപ്പോൾ വിജിയെ ഡിസ്ചാർജ് ചെയ്തു. പക്ഷേ, കുഞ്ഞുങ്ങൾക്ക് അണുബാധയേല്ക്കാത്ത പാൽകുപ്പിയിൽ പാൽ പിഴിഞ്ഞെടുത്ത് ആശുപത്രിയ്ൽ എത്തിക്കേണ്ട ഉത്തരവാദിത്വം അവൾക്കുണ്ടായിരുന്നു.

കുഞ്ഞുങ്ങളെ ഒന്നുകൂടി പോയി നോക്കി അകലുമ്പോൾ കണ്ണിൽ ഒരു കുടം പെയ്തുതീരാത്ത കണ്ണുനീർ തങ്ങിനില്പുണ്ടായിരുന്നു.

'ഓപ്പറേഷൻ അടുത്തുതന്നെയുണ്ടാവും.' ഡോക്ടർ ഓർമ്മിപ്പിച്ചു.

സമ്മതം മൂളി പിൻതിരിയവേ കുഞ്ഞുങ്ങൾ മുഖം ചേർത്തുവെച്ച് കുസൃതികൾ ഒപ്പിക്കുകയായിരുന്നു.

വിജി സങ്കടത്തോടെ ശ്രീകാന്തിന്റെ കഴുത്തിൽ മുഖം പൂഴ്ത്തി ശബ്ദമില്ലാതെ കരഞ്ഞു.

'അമ്മ കരയാതെ. ഞങ്ങളും നിങ്ങളോടൊപ്പം വരുന്നുണ്ട്. കാത്തിരിക്കമ്മേ' - എന്നാണോ ആ കുഞ്ഞുവായകൾ പറയുന്നത്?

റ്റാ, റ്റാ പറയാനാണോ അവർ കൈകൾ പൊക്കിയത്?

വീട്ടിലെത്തിയിട്ടും രണ്ടുപേർക്കും ഉറക്കമില്ലാത്ത രാവുകളായിരുന്നു.

ശസ്ത്രക്രിയാ ദിവസം നേരത്തെതന്നെ അവരെത്തി പുറത്ത് കാവലിരുന്നു.

മുപ്പത്തഞ്ച് ഡോക്ടർമാരടങ്ങുന്ന വിദഗ്ധ പാനൽ തിയേറ്ററിനുള്ളിൽ ഓപ്പറേഷൻ നടത്തവേ സയൻസ് വിജയിക്കണമേ എന്നു മാത്രമാണ് ഇരുവരും പ്രാർത്ഥിച്ചത്.

പിന്നീടുള്ള നാല്പ്പത്തെട്ട് മണിക്കൂറുകൾ വിലയേറിയ നിമിഷങ്ങളായി എണ്ണിതീർത്തു.

ഓപ്പറേഷൻ വിജയിച്ചു. ചാനലുകളും പത്രങ്ങളും കുഞ്ഞുങ്ങളുടെ ഫോട്ടോ ഒപ്പിയെടുക്കാൻ ക്യൂ നിൽക്കുകയായിരുന്നു.

കുഞ്ഞുങ്ങളുടെ ഫോട്ടോയെടുക്കാൻ അനുവാദം കിട്ടാത്തപ്പോൾ ശ്രീകാന്തിന്റെയും വിജിയുടേയും അടുത്തേക്ക് പത്രങ്ങളും ചാനലുകളും തിരിഞ്ഞു.

ഗദ്ഗദകണ്ഠനായി വാക്കുകൾ കിട്ടാതെ ശ്രീകാന്ത് കുഴഞ്ഞുവീണു. വലിയ വായിൽ നിലവിളിച്ചുകൊണ്ട് വിജി നേഴ്സിന്റെയടുത്തേക്ക് പരിഭ്രാന്തിയോടെ ഓടിയെത്തി.

നിമിഷങ്ങൾക്കുള്ളിൽ ആശുപത്രിയും സയാമീസും വൈറലായി. ഫോൺകോളുകൾ നിരന്തരം അടിച്ചുനിന്നു.

ഇതൊന്നുമറിയാതെ വേർപിരിഞ്ഞ ആ ഇരട്ടകൾ 'സയ'യും 'മിയ'യും നിഷ്കളങ്കതയോടെ, നിർവൃതിയോടെ അർത്ഥഗർഭമായി പുഞ്ചിരിച്ചു.

ആ പുഞ്ചിരിക്ക് വ്യത്യസ്ത അർത്ഥതലങ്ങളുണ്ടായിരുന്നു.

നിഗൂഢതയുടെ അനാവരണത്തിൽ ഗഹനതയുടെ താളമേളങ്ങളുണ്ടായിരുന്നു. നിശ്ചയദാർഢ്യത്തിന്റെ കരുത്തുണ്ടായിരുന്നു.

ശരീരം സ്വന്തമായതിന്റെ ആനന്ദധ്വനിയുണ്ടായിരുന്നു. ലക്ഷ്യങ്ങൾ പൂർത്തീകരിക്കാനുള്ള സ്വാതന്ത്ര്യം തലച്ചോറിന് ലഭിച്ചിരുന്നു.

അതിജീവനത്തിന്റെ പോരാട്ടത്തിൽ വിജയിച്ച ആ കുഞ്ഞുമനസ്സുകൾക്ക് നന്മ നേർന്നുകൊണ്ട് ഡോക്ടർ വിശ്രമമുറിയിലെത്തി.

പക്ഷേ, അദ്ദേഹത്തിന്റെ മനസ്സിന് വിശ്രമിക്കാൻ കഴിഞ്ഞില്ല.

എന്തോ ഒന്ന് ബാക്കിയുള്ളതുപോലെ മനസ്സ് ഓർമ്മിപ്പിക്കുന്നു.

'കേസ് ഡയറി രണ്ട്' വല്ലാത്തൊരു നോവായി മനസ്സിൽ തങ്ങിനിന്നിട്ട് കാലങ്ങൾ കുറെയായി.

'മഹാറിസ്ക്ക് കേസ്' മണിക്കൂറുകൾ വേണം, ഓപ്പറേഷൻ തിയേറ്ററിൽ അത് നിർവ്വഹിക്കാൻ. മഹത്തായ ഡോക്ടേഴ്സ് പാനലും ഉണ്ടാവണം.

പരാജയഭീതിയാൽ പലരും ഒഴിവാക്കിയ കേസ്, പ്രശ്നഭരിതമായ കേസ്.

തലച്ചോറിലെ പ്രധാന ഞരമ്പ് ഒന്നായിപ്പോയതിന്റെ വിഷമങ്ങൾ അനുഭവിക്കുന്ന കൗമാരക്കാരായ സയാമീസ് ഇരട്ടകൾ.

ആശുപത്രി ചുമരുകൾക്കുള്ളിൽ നിരീക്ഷണത്തിനായി ദിനങ്ങൾ തള്ളിനീക്കുന്നവർ.

പ്രതീക്ഷ നിറഞ്ഞ മനസ്സുമായി യൗവ്വനസ്വപ്നങ്ങളെ താലോലിക്കുന്നവർ.

വേർപിരിയുന്ന ദിനത്തെ, ആഘോഷമാക്കി മാറ്റാൻ മനസ്സ് കൊതിക്കുന്നവർ. ഇവരുടെ ഓപ്പറേഷൻ എന്ന് നടക്കും? - എന്നാർക്കുമറിയില്ല.

വിലപ്പെട്ട വിവരങ്ങൾ ശേഖരിക്കാനായി ലോകം കാതോർത്തിരിക്കുന്ന മാധ്യമ ഡെസ്ക്കുകൾ.

'അസാധ്യമായി ഒന്നുമില്ല' - എന്ന മഹത്വചനമാണ് അദ്ദേഹത്തിന് ആത്മധൈര്യം പകർന്നു നൽകിയത്.

ഡോക്ടർ അലമാരിയിൽ നിന്ന് പൊടിതട്ടി ആ സുപ്രധാന കേസ് ഡയറി പുറത്തെടുത്തു.

- 'കേസ് ഡയറി രണ്ട്. മഹാറിസ്ക് കേസ്'.

ആ ഫയലിലേക്ക് തന്നെ അയാൾ സൂക്ഷിച്ചുനോക്കി. ആവേശകരമായി തോന്നിയ ആ കേസ് അയാളുടെ ശരീരത്തിലെ ഞരമ്പുകളിലേക്ക് ആഴ്ന്നിറങ്ങുന്നതായി അയാൾക്ക് തോന്നി.

ഗഹനമായ ചിന്തയിലൂടെ അപഗ്രഥിക്കേണ്ട കേസ്.

രാത്രിയുടെ യാമങ്ങളിൽ കേസ് ഡയറി പഠിച്ച അദ്ദേഹം അതിന്റെ നൂലാമാലകൾ ന്യൂറോണുകളുടെ സഹായത്തോടെ ഇഴപിരിക്കാൻ തുടങ്ങി.

സൂക്ഷ്മാപഗ്രഥനത്തിലൂടെ ലക്ഷ്യത്തിലേക്ക് അടുത്തുകൊണ്ടിരുന്നു.

ലോകം ഇതുവരെ കണ്ടെത്തിയതിനപ്പുറം, മൂന്നാം കണ്ണിലൂടെ അതിന്റെ തീവ്രത നന്നായി പരിശോധിച്ചു.

മനസ്സിന്റെ അതീന്ദ്രിയ കോണിൽ നിന്ന്, ഏതോ ഒരു അനിർവ്വചനീയനിമിഷത്തിൽ നൂതനാശയങ്ങൾ ചിന്താധാരയിലേക്ക് കടന്നെത്തി.

പരമാണുക്കളിലൂടെ പ്രവഹിക്കുന്ന നവ്യാനുഭൂതിയ്ക്ക് പുത്തൻ ഉണർവ്വിന്റെ ലാഞ്ചനയുണ്ടായിരുന്നു.

മഹാസ്രോതസ്സിൽനിന്നും കണ്ടെത്തിയ നൂതന ആശയങ്ങൾക്ക് പ്രശ്നത്തെ അപഗ്രഥിക്കാനുള്ള ശേഷിയുണ്ടായിരുന്നു.

ഡോക്ടറുടെ ഡയറിക്കുറിപ്പിലെ നൂതനകണ്ടെത്തലുകൾ, വൈദ്യശാസ്ത്രത്തിന്റെ മികവിന്റെ ഛായയിൽ ജ്വാലയായി തെളിഞ്ഞുനിന്നു.

സന്തോഷാശ്രുവിന്റെ കുളിർമ, നിറകൺചിരിയുടെ സായൂജ്യം.

'അതെ, നാളെയാണ് ഓപ്പറേഷൻ. നാളെത്തന്നെ. ഇനിയെന്തിനു വൈകിക്കണം.' ഡോക്ടർ ഡയറിയിൽ കുറിച്ചിട്ടു.

മറ്റു ഡോക്ടേഴ്സുമായി കാര്യം ചർച്ച ചെയ്തു.

തീയതി കുറിച്ചിട്ടു.

"കേസ് ഡയറി രണ്ടിലെ ഓപ്പറേഷൻ നാളെയുണ്ടാകും. വിദഗ്ധ ഡോക്ടേഴ്സ് ഓപ്പറേഷൻ തിയേറ്ററിൽ എന്നോടൊപ്പം പങ്കെടുക്കും."

ഡോക്ടറുടെ തീരുമാനം ഉറച്ചതായിരുന്നു. മറ്റു ഡോക്ടേഴ്സ് ഐകകണ്ഠ്യേന ആ തീരുമാനം ശരിവെച്ചു.

ഡോക്ടേഴ്സ് ഓപ്പറേഷൻ തിയേറ്ററിലേക്ക് കടന്ന നിമിഷം. ക്ലോക്ക് സമയം കുറിച്ചിട്ടു.

നിശ്ശബ്ദമായ നിമിഷങ്ങൾ...

ആത്മസമർപ്പണത്തിന്റെ സായൂജ്യം ആതുരാലയത്തെ മഹത്വവത്കരിക്കുന്ന നിമിഷങ്ങൾ സെക്കന്റുകൾക്കായി കാത്തുനിന്നു.

പ്രപഞ്ചശക്തികൾ ആ നല്ല മനസ്സുകളെ ആശീർവദിച്ചു.

പരമാണുക്കളുടെ മേളനം ആ കേസ് ഡയറിയിലേക്ക്, ശക്തിസ്രോതസ്സായി ആവാഹിക്കപ്പെട്ടു.

ഓപ്പറേഷൻ തുടങ്ങുംമുമ്പ് ഡോക്ടേഴ്സ് ഒരു നിമിഷം കണ്ണടച്ചു നിന്ന് ആ പ്രപഞ്ചശക്തിയെ നമിച്ചു.

'ശക്തിസ്രോതസ്സേ നമഃ'.

മാനസി

മനസ്സിൽ സംഘർഷങ്ങൾ കലപില കൂട്ടുമ്പോഴാണ് മഴ കാമുകനായി അവൾക്ക് മുന്നിൽ എത്തിയത്.

ഇല ഇളക്കിയും ചാഞ്ഞും ചരിഞ്ഞും പെയ്തും അവളുടെ അസ്വസ്ഥതകളെ ദൂരെയെറിഞ്ഞു.

'എവിടെയാണ് നിന്റെ വീട്? രക്ഷിതാക്കളുടെ പേര് എന്ത്?' അവൾ ആകാംക്ഷയോടെ ചോദിച്ചു.

'നീരാവിയാണെന്റെ പിതാവ്.

കണികകളാണ് എന്റെ അമ്മ.

എനിക്ക് കൂട്ടുകാർ അനവധിയുണ്ട്. ഭൂമിയിൽ വന്ന് വീഴുന്ന ഓരോ മഴത്തുള്ളിയും എന്റെ തന്നെ ആത്മാംശങ്ങളാണ്.'

'നിനക്ക് വികാരങ്ങളുണ്ടോ?' - മാനസിയുടെ സംശയം.

'മനുഷ്യരെപ്പോലെ എന്നിലും വികാരങ്ങളുണ്ട്. സന്തോഷവും സങ്കടവും ദേഷ്യവും നിന്നെക്കാൾ കൂടുതലാണെനിക്ക്.'

'നിനക്ക് ആരോടാണിത്ര ദേഷ്യം' - ഭയപ്പാടിന്റെ നേരിയ പുതപ്പ് മാറ്റി മാനസി ആരാഞ്ഞു.

മഴയുടെ മുഖം ചുവന്നു.

'നിന്നോടുതന്നെ.'

വികാരത്തിന്റെ വേലിയേറ്റം മുഖത്ത് നിഴലിച്ചു. എന്റെ വികാരത്തിന്റെ വർണഭേദങ്ങൾ വർണമഴയായി പരിണമിച്ചപ്പോൾ ജനം പരിഭ്രാന്തിയിലായത് നിനക്കും അറിവുള്ളതല്ലേ.

'ഓ, ഞാനോർക്കുന്നു, അമ്ലമഴ.' മാനസിയുടെ പ്രതികരണത്തിൽ അതൃപ്തി നിഴലിച്ച മഴയുടെ ഭാവം തീക്ഷ്ണമായി.

'എന്ത് അമ്ലമഴ? കരയുമ്പോൾ മനുഷ്യർക്ക് കണ്ണുനീർത്തുള്ളികൾ ഉണ്ടാകാറില്ലേ. മൂക്കും മുഖവും ചുവന്നു തുടുക്കാറില്ലേ. ഏങ്ങലടിയ്ക്കുമ്പോൾ അതിന് താളാത്മകതയുമുണ്ട്. അതു തന്നെയല്ലേ എന്നിലും...'

മഴയുടെ മുഖം വിഷാദത്തിൽ വിവർണ്ണമായി.

ആ മുഖഭാവം കണ്ട് മാനസിയും വല്ലാതെയായി.

അവളിലെ മാറ്റം സസൂക്ഷ്മം ശ്രദ്ധിച്ച മഴ അവളെ ആശ്വസിപ്പിച്ചു.

'നിന്നോടല്ല; നിന്റെ കൂട്ടക്കാരോടാണ് എനിക്ക് ദേഷ്യം. അവരല്ലേ മരങ്ങളെയും ജീവജാലങ്ങളെയും വിഷമിട്ട് നശിപ്പിച്ചുകൊണ്ടിരിക്കുന്നത്.'

'എന്നോട് ക്ഷമിക്കൂ. ഞാൻ തെറ്റുകാരിയല്ല, കാണി മാത്രം. ഈ അസുരവിത്തുകൾക്കിടയിൽ ജനിച്ചുപോയതിന്റെ പേരിൽ ദുഃഖിക്കുകയാണ് ഞാനിന്ന്. അത് നിനക്കറിയുമോ?'

'പിടിവാശിയാണവർക്ക്. പ്രതികരിക്കുന്നവരെ തകർക്കാൻ ഒരുമ്പെട്ടിരിക്കുന്ന മുതലാളിത്തവ്യവസ്ഥിതിയെ ചോദ്യം ചെയ്യാൻ അധികാരമുള്ള കലക്ടർക്ക് പോലും അത് സാധ്യമല്ലെന്നു വരുമ്പോൾ; ഒരു പാവം പ്രജയായ എനിക്ക് എന്തു ചെയ്യാനൊക്കും.' – മാനസിയുടെ വാക്കിൽ ദൈന്യതയുടെ സ്പർശം.

'പ്രകൃത്യാംബയുടെ അരുമ മകളല്ലേ നീ. നിനക്ക് മാത്രമേ അത് സാധ്യമാകൂ. നിനക്ക് മാത്രം.' മഴ അവൾക്ക് ശക്തിയേകി.

'കർമ്മമമണ്ഡലത്തിലേക്ക് ഇറങ്ങുന്നില്ലെങ്കിൽ പറയൂ. ഞാൻ രംഗം വിട്ട് പോയേക്കാം.' – മഴ പിണക്കം ഭാവിച്ചു.

'വേണ്ട, പോകേണ്ട. ഞാനെന്താണ് ചെയ്യേണ്ടത്.' മാനസി ജാഗരൂകയായി.

'എങ്കിൽ.... നീ മഴയുടെ മാഹാത്മ്യം ജനങ്ങളിലെത്തിക്കാൻ ഇപ്പോൾ തന്നെ പുറപ്പെടണം.'

'എന്റെ സഹോദരന്മാരെയും സഹോദരിമാരെയും കണ്ടെത്തി എന്റെ പ്രവൃത്തിമണ്ഡലത്തിൽ അണിനിരത്തുകയും വേണം.'

'ഓ, അത്രയേയുള്ളൂ. അത് എളുപ്പമല്ലേ.'

'എളുപ്പമല്ല. ഗഹനമായ ഒരു ഉത്തരവാദിത്വമാണ് ഞാൻ നിന്നെ ഏല്പിച്ചിരിക്കുന്നത്. ഞങ്ങൾക്കെതിരെ നരനായാട്ട് തുടരുന്നത് നീ കാണുന്നില്ലേ.'

'കാണുന്നു. പക്ഷേ, ഞാൻ....'

'എന്നെക്കാൾ നിനക്കല്ലേ അതിന് സാധിക്കുക. നീയൊന്ന് നന്നായി കോപിച്ചാൽ മനുഷ്യർ വെള്ളവും വറ്റും കിട്ടാതെ.... ദുരിതക്കയത്തിൽ വീഴും.'

'ചെയ്ത തെറ്റിന്റെ ഫലം അവർ അങ്ങനെത്തന്നെ അനുഭവിച്ചു തീർക്കുന്നതല്ലേ നല്ലത്.'

'അല്ല. ഞാനത്രയ്ക്കങ്ങ് കഠിനഹൃദയനല്ല. പ്രായശ്ചിത്തം ചെയ്യാൻ അവസരം കൊടുക്കണമെന്നല്ലേ മുനിമാർ പോലും പറഞ്ഞിട്ടുള്ളത്. ശാപത്തിന് ശാപമോക്ഷം അതാണ് പ്രമാണം.'

'എന്നാൽ, മഴക്കാലത്ത് ഒരു തുള്ളി മഴ പെയ്യാതെ അവരെയങ്ങ് പരീക്ഷിച്ചുകൂടെ.'

'ഇത് പരീക്ഷണമല്ല മാനസി. സ്വന്തം അസ്തിത്വത്തെ പിടിച്ചുനിർത്താനുള്ള പ്രയത്നമാണ്.'

'അതെങ്ങനെ സാധിക്കും.'

'കാലാകാലങ്ങളായി തുടരുന്ന പ്രവൃത്തിയല്ലേ. നിശ്ചിത സമയമാകുമ്പോൾ അറിയാതെ അതിൽ പ്രവർത്തനസജ്ജമാകുകയാണ് പതിവ്.'

'ഈയിടെ അത് തെറ്റിക്കാണുന്നുവല്ലോ.' മാനസിയും വെറുതെ വിട്ടില്ല.

'ഞാൻ കർമ്മോത്സുകനാണ്. പക്ഷേ, നാടും നാട്ടാരും എന്നെ പിന്തള്ളി പുതിയ മേച്ചിൽപ്പുറങ്ങൾ സ്വായത്തമാക്കാനുള്ള പരിശ്രമത്തിലാണ്.'

സമ്പന്നനാകണം. അതിന് അമ്മയുടെ മാറ് വെട്ടിക്കീറി ഉള്ളിലുള്ള ചോരയിലെ നീരും കൂടി വലിച്ചെടുത്ത് ഉണക്കക്കൊള്ളിപോലെ വലിച്ചെറിയുവാൻ അവർക്ക് മടിയില്ല.

പാപം. മഹാപാപം.

പാപത്തിന്റെ വിഴുപ്പുഭാണ്ഡത്തിന്റെ ഒന്നാം ഭാഗം മാത്രമാണിത്. രണ്ടും മൂന്നും ഭാഗങ്ങൾ ഒളിസ്ഥലങ്ങളിലാണ്.

'ഒളിസ്ഥലങ്ങളോ. എങ്കിൽ ഞാനത് കണ്ടുപിടിക്കും.' മാനസി ഊർജ്ജസ്വലയായി.

'എങ്കിൽ കണ്ടുപിടിക്ക്. കാണട്ടെ, നിന്റെ ചുറുചുറുക്ക്.'

മാനസി യാത്ര തുടർന്നു. കുന്നിൻപുറങ്ങളും വയലേലകളും തെളിനീരരുവികളും തണ്ണീർത്തടങ്ങളും കണ്ടെത്തുകയായിരുന്നു ലക്ഷ്യം.

പക്ഷേ, ഏറെ ദൂരം നടന്നിട്ടും ഒന്നുപോലും കണ്ടെത്താനായില്ല.

ക്ഷീണിച്ചു വിവശയായ മാനസി കാതിൽ കിന്നാരം പറയുന്ന കാട്ടുചോലകളിൽ ഒരു വേള വിശ്രമിക്കാൻ കൊതിച്ചു.

കളകളാരവം പൊഴിക്കുന്ന കാട്ടരുവിയിൽ നിന്ന് ഒരു കവിൾ വെള്ളമെടുത്ത് കുടിക്കാൻ മോഹിച്ചു. മുഖം കഴുകാൻ ആശിച്ചു.

പക്ഷേ, കാലുകൾ വേച്ച് വേച്ച് നിലത്ത് വീണുപോയി.

ചോരയൊഴുകുന്ന കാലുകൾ കണ്ടപ്പോഴാണ് പരിസരം വീക്ഷിച്ചത്.

പാറപൊട്ടിച്ച കരിങ്കൽചീളുകൾ തട്ടിയാണ് മുറിവ് പറ്റിയിരിക്കുന്നത്.

മുത്തശ്ശി പറഞ്ഞുതന്ന പച്ചമരുന്നിലകൾ കണ്ടെത്തിയാൽ അത് കയ്യിലിട്ട് ഞെരടി നീര് എടുത്ത് മുറിവിൽ ഒഴിക്കാമായിരുന്നു. ഇലകൾ എവിടെ....

ചുറ്റും പാറപ്പൊടി പറക്കുകയാണ്. മഞ്ഞുമലപോലെ പൊടി ഉയരത്തിലേയ്ക്ക് ഉയരത്തിലേയ്ക്ക് ലക്ഷ്യം വെച്ച് പായുന്നു. ബഹുനില മാളികകൾക്ക് ഒപ്പം എത്താൻ അവയും പരിശ്രമിക്കുകയാവാം.

പൊടി തട്ടി കണ്ണ് നീറുന്നു. ഒരു അരുവി കണ്ടെത്തിയാൽ വെള്ളമടിച്ച് കഴുകാമായിരുന്നു. എവിടെ ജലം...

വിങ്ങുന്ന നിലത്തിൽ തട്ടി കാലുകൾ പൊള്ളുന്നു.

ദാഹം, വിശപ്പ്, ക്ഷീണം - ഒരു കവിൾ വെള്ളം! ഒരു കവിൾ വെള്ളം കിട്ടിയില്ലെങ്കിൽ ഞാനിപ്പോൾ ചത്തുവീഴുമല്ലോ.

പ്രകൃത്യാംബയെ ധ്യാനിച്ചു. ഒരിറ്റു ദാഹജലം തരൂ.

കരിങ്കൽച്ചീളുകൾ പൊട്ടിത്തെറിക്കുന്ന ശബ്ദം കാതിൽ വന്നലച്ചപ്പോൾ ഭൂകമ്പത്തിന്റെ പ്രകമ്പനമായി തോന്നി.

കല്ല് തെറിച്ചപ്പോൾ ഉയർന്നു പൊങ്ങിയ വെള്ളത്തുള്ളി ഉരുൾപൊട്ടലിന്റെ ശീൽക്കാരമായും മനസ്സിനെ വ്രണപ്പെടുത്തി.

എവിടെ നിന്നാണിത് തെറിച്ചത്. ഒരിറ്റുവെള്ളം കൈത്തണ്ടയിൽ ആശ്വാസകണികകളായി പൂനിലാവ് പൊഴിച്ചു.

ഉത്ഭവസ്ഥലം തൊട്ടടുത്ത് തന്നെയാണ്. മുക്കാൽഭാഗവും മൂടപ്പെട്ട തണ്ണീർത്തടത്തിലാണ് കല്ലുകൾ കൂമ്പാരമായി വന്ന് പതിക്കുന്നത്.

ഈ പാപത്തിന് പരിഹാരമില്ല. സ്വന്തം അമ്മയുടെ ശരീരത്തെ ഇഞ്ചിഞ്ചായി ദ്രോഹിച്ചുകൊണ്ടിരിക്കുന്ന ഒരൊറ്റ മക്കൾക്കും മനസ്സമാധാനമുണ്ടാവില്ല.

ഒരു അശരീരി വാക്ക് - എവിടെ നിന്നാണ് ചെവിയിൽ വന്നലച്ചത്.

സ്വന്തം മനസ്സാക്ഷിയിൽ നിന്നാണോ, എന്തോ ബോധമനസ്സിനോട് ചോദിക്കണം.

മനസാക്ഷി കൈമോശം വന്നുപോകുന്ന ഈ കാലഘട്ടത്തിൽ എന്റെ മനസാക്ഷി ഉള്ളിൽ തേങ്ങുകയായിരുന്നുവോ. അദ്ഭുതം തോന്നി.

ആ മനസാക്ഷിയുമായി സഞ്ചാരം തുടർന്നു.

വയലുകൾ പരതിയപ്പോൾ ആകാശം മുട്ടുന്ന ഫ്ളാറ്റുകൾ കണ്ടു. കിണറുകൾ പരതിയപ്പോൾ കുഴൽക്കിണർ കണ്ടു. കുന്നുകൾ പരതിയപ്പോൾ ദേശീയപാതകൾ കണ്ടു. പുഴകൾ പരതിയപ്പോൾ വിസ്താരം പൂണ്ട മരുഭൂമികൾ കണ്ടു, വൃക്ഷങ്ങൾ പരതിയപ്പോൾ ഉയരമുള്ള മതിലുകൾ കണ്ടു. ശുദ്ധജലപൈപ്പുകൾ തുറന്നപ്പോൾ മനംമടുപ്പിക്കുന്ന ഗന്ധമുള്ള ചെളിവെള്ളം ലഭിച്ചു. കടൽക്കരയിൽ ചെന്ന് സായാഹ്നത്തിൽ വിശ്രമിക്കാൻ ശ്രമിച്ചപ്പോൾ തീക്കാറ്റേറ്റ് ദേഹം കുമിളിച്ചു വന്നു.

പശ്ചാത്താപവിവശയായി - മുഖം കുനിച്ച് തിരിച്ചെത്തിയ മാനസിയോട് മഴ ചോദിച്ചു. 'എന്തൊക്കെ കണ്ടു?'

'ഒന്നും കണ്ടില്ല.'

'ഒന്നും കണ്ടില്ലേ? നിന്നിലായിരുന്നു എന്റെ പ്രതീക്ഷ മുഴുവനും. നീ കൂടെ കൈവിട്ട സ്ഥിതിക്ക് ഇനി ഇവിടെയിരുന്നിട്ട് കാര്യമില്ല. ഞാൻ പോകുന്നു.'

മാനസി തടഞ്ഞില്ല.

മഴമേഘങ്ങൾ അകലേയ്ക്ക്, അകലേയ്ക്ക് യാത്രയാകുന്നത് കണ്ട് മാനസി തരിച്ചുനിന്നു.

ഭൂഖണ്ഡങ്ങൾക്കപ്പുറത്തേയ്ക്ക് അത് അകന്നകന്നുപോകവേ അവൾ ഒരു പ്രതിമയായി മാറി.

❁

നൂൽപ്പാലം കടക്കുന്നവർ

'**അ**യ്യോ, ചിലന്തി... ചിലന്തി.... അത് തുറുകണ്ണുമായി എന്റെ പിന്നാലെതന്നെ വരുന്നു. എന്നെ വിടൂ, എന്നെ വിടൂ...'

ആരുടെയോ നിലവിളിയാണിതെങ്കിലും കേൾവിക്കാരിൽ ഇത് അസ്വസ്ഥത സൃഷ്ടിച്ചു.

ആ ദീനരോദനം പരിസരവാസികളെ ഉത്കണ്ഠാകുലരാക്കി.

ഒരു കൂട്ടം ആളുകൾ ഒരു കൗമാരക്കാരിയെ മെന്റൽ ഹോസ്പിറ്റലിലേക്ക് വലിച്ചിഴയ്ക്കുന്ന ദയനീയരംഗം കണ്ട് അവർ ഞെട്ടി.

'ചിലന്തിയോ.... എവിടെ, എവിടെ?' കാഴ്ചക്കാരെല്ലാം അവളുടെ ദുഃഖത്തിൽ പങ്കുചേർന്നു.

പരിസരം മുഴുവൻ അരിച്ചുപെറുക്കിയിട്ടും ചിലന്തിയുടെ ഒരു സൂചന പോലും അവർക്ക് കണ്ടെത്താനായില്ല എന്നതാണ് രസകരം.

അവളുടെ ഡ്രസ്സിലോ, ശരീരത്തിലോ ചിലന്തി അരിച്ചതിന്റെയോ, കടിച്ചതിന്റെയോ പാടുകളുമില്ല.

'പിന്നെ ഈ കുട്ടിയ്ക്കെന്തുപറ്റി?'

'അതാ ചേട്ടാ ഞങ്ങളും ചിന്തിക്കുന്നത്. ഈ കുട്ടി ഇന്ന് രാവിലെ മുതൽ പറയാൻ തുടങ്ങിയതാ – 'ചിലന്തി' 'ചിലന്തി'യെന്ന്.'

ഹോസ്പിറ്റൽ അറ്റൻഡർ കുതിച്ചെത്തി രോഗിയാക്കി കുട്ടിയെ വാർഡിലെത്തിച്ചു.

വെളുത്ത കോട്ടിട്ട സിസ്റ്റർ വലിയൊരു ഇഞ്ചക്ഷൻ സൂചിയുമായി അവളുടെയടുക്കലെത്തി.

'സഡേഷൻ കൊടുത്ത് മയക്കാം. നന്നായൊന്നുറങ്ങട്ടെ.'

അമ്മയുടെ കണ്ണിൽ നിന്ന് നിർത്താതെ അശ്രുധാര കവിളിലേക്ക് ഒലിച്ചിറങ്ങി.

അച്ഛൻ ചലനമറ്റ പ്രതിമയെപ്പോലെ തൊട്ടടുത്ത് തന്നെ നില്ക്കുന്നു.

കുട്ടിയുടെ ജീവനെന്തെങ്കിലും സംഭവിച്ചാൽ....

അവളോടൊപ്പം ജീവനൊടുക്കാൻ അവരും തീരുമാനമെടുത്തുകഴിഞ്ഞിരുന്നു.

ക്ലാസിൽ മിടുക്കിയായ കുട്ടി. കലോത്സവത്തിൽ എ ഗ്രേഡ് ലഭിച്ച കുട്ടി. നാട്ടുകാർക്ക് പ്രിയങ്കരിയായ കുട്ടി.

ഇത്രയും നല്ലൊരു കുട്ടി ഒരു ചിലന്തിയുടെ പേരിൽ നിലവിളിക്കുക എന്നൊക്കെപ്പറഞ്ഞാൽ....

ആകപ്പാടെ ഒരെത്തുംപിടിയും കിട്ടാത്ത അവസ്ഥ.

മയക്കത്തിൽ നിന്നുണർന്ന കുട്ടി വീണ്ടും വയലന്റാകുന്നു.

'നേഴ്സ്, ഓടിവരൂ. കുട്ടി പുറത്തേക്ക് ഓടുകയാണ്. ഒന്ന് വന്ന് ആരെങ്കിലും പിടിയ്ക്കൂ.'

നേഴ്സ് വലിയ ഇഞ്ചക്ഷൻ സൂചിയുമായി പാഞ്ഞെത്തി. അര ഡോസ് മരുന്നുകൂടി ശരീരത്തിലെത്തിച്ചു.

മകളുടെ കിടപ്പുകണ്ട് അമ്മയുടെ വേദന കൂടി. അവർ ആ കവിളിണകളിൽ ഒരു മുത്തം നൽകി. മുടി മാടിയൊതുക്കി വെച്ചു.

ഡോക്ടർ അടുത്തെത്തിയതുപോലും അറിഞ്ഞില്ല.

അമ്മയുടെ ആ സ്നേഹഭാവം കണ്ട് ഡോക്ടറുടെ കണ്ണും നിറഞ്ഞു.

'അമ്മ പേടിക്കേണ്ട. ഞങ്ങൾ നിങ്ങൾക്ക്, മകളെ പക്വതയുള്ളവളാക്കി തിരിച്ചുതരാനുള്ള പരിശ്രമത്തിലാണ്.'

ആ കാൽതൊട്ട് വന്ദിക്കാൻ മനസാ അമ്മ ഒരുങ്ങിയെങ്കിലും അയാൾ അവിടം വിട്ട് പോയ്ക്കഴിഞ്ഞിരുന്നു.

കണ്ണിമവെട്ടാതെ മാതാവും പിതാവും കുട്ടിയുടെ അരികിൽതന്നെ ഇരുന്നു.

ചായയില്ല, ചോറില്ല, വെള്ളം പോലും കുടിക്കാൻ തോന്നുന്നില്ല. ഉറക്കം കൺപോളകളെ തഴുകിയുറക്കിയത് അവർ പോലും അറിഞ്ഞില്ലെന്നതാണ് വാസ്തവം.

ഉറക്കത്തിൽ മകൾ സംസാരിക്കുന്നത് കേട്ടാണ് അമ്മ ഉണർന്നത്. അവർ അത് ശ്രദ്ധിച്ചു.

'ഇത്ര സുന്ദരമായ മുഖം കാട്ടി നീയെന്നെ എന്തിനാണ് വശീകരിച്ചെടുത്തത്? കൂടുതൽ കൂടുതൽ പലതും അറിയാനുള്ള ആകാംക്ഷ എന്നിൽ

ഉണർത്തിയത് നീയായിരുന്നു. നിനക്കത് നിഷേധിക്കാനാവില്ല എന്ന് എനിക്കറിയാം. ആ നനുത്ത സ്പർശം എന്നിൽ ഉണർത്തിയ ഉന്മാദാവസ്ഥ നീയെന്തേ മനസ്സിലാക്കിയില്ല.

ഞാൻ... ഞാൻ... നിന്നെ വിശ്വസിച്ചുപോയി. ഞാൻ മാത്രമല്ല എന്നെപ്പോലെ എത്രയോപേരെ നീ വശീകരിച്ച് കീഴ്പ്പെടുത്തിയിട്ടുണ്ട്. എന്നിട്ടും നീയടങ്ങിയില്ല. അല്ലെങ്കിലും മറ്റുള്ളവരുടെ സങ്കടവും വേദനയും നിനക്ക് അറിയാൻ സാധിക്കില്ലല്ലോ."

മനസ്സിന്റെ വിങ്ങിപ്പൊട്ടൽ അണപൊട്ടിയൊഴുകിയപ്പോൾ അവൾ വീണ്ടും ഉറക്കത്തിലേക്കുതന്നെ ആഴ്ന്നിറങ്ങി.

'കുട്ടിയെ സൈക്കോ തെറാപ്പിക്ക് വിധേയമാക്കണം. പല പുതിയ ടെസ്റ്റുകളും വേറെയും നടത്തേണ്ടി വരും.' ഡോക്ടർ നേഴ്സിനെ ഓർമ്മിപ്പിച്ചു.

ഹിപ്നോട്ടിസത്തിന്റെ മായികമണ്ഡലത്തിലേക്ക് സ്നേഹത്തോടെ ആ കൗമാരമനസ്സിനെ എത്തിക്കാൻ എളുപ്പത്തിൽ ഡോക്ടർക്ക് സാധിച്ചു എന്നതാണ് ആശ്ചര്യം.

ഒരു നിഷ്കളങ്കയായ ശിശുവിനെപ്പോലെ അവൾ അയാളുടെ ചോദ്യങ്ങൾക്ക് മറുപടി നൽകി.

ഗൂഗ്... ഗൂഗ്... എന്നാണ് ആ ചുണ്ടുകൾ ആദ്യമായി വിറയലോടെ മന്ത്രിച്ചത്. അവ്യക്തമായ സംസാരത്തിൽ നിന്നും സത്യത്തിന്റെ പടവിലേക്ക് സഞ്ചാരം തുടരവേ അവൾ ഒന്നുകൂടി ബലമായി ഉച്ചരിച്ചു.

'റ്റ്'... 'റ്റ്'...

'പറയൂ വീണ്ടും പറയൂ.' ഡോക്ടർ അവളെ പ്രോത്സാഹിപ്പിച്ചു.

'ആരാണ് നിന്നെ ഈ സ്ഥിതിയിലാക്കിയത് പറയൂ.'

'ഫെയ്സ് എന്നു പേരുള്ളയാൾ.'

'ബാക്കി വിശദമായി പറയൂ, കേൾക്കട്ടെ.' - ഡോക്ടർ അവൾക്ക് ആത്മവിശ്വാസം നൽകി.

അവൾ അവനെക്കുറിച്ച് പറയവേ ആ മുഖം വല്ലാതെ വികസിച്ചത് ഡോക്ടർക്ക് ദൃശ്യമായി.

'ഊഷ്മള സൗഹൃദത്താൽ എന്നെ ആകർഷിച്ച നിന്റെ വിരുത് അപാരം തന്നെ. ഫെയ്സ് എന്നു പേരുള്ള നിന്റെ ബുക്കിലെ പേജുകൾ എന്നെ നിന്നിലേക്ക് അടുപ്പിച്ചപ്പോൾ എന്റെ വിരലുകൾ അറിയാതെ

അതിൽ മാന്ത്രികത ദർശിച്ചു. സുഹൃത് വലയത്തിലൂടെ നേടിയെടുത്ത സൗഹാർദ്ദത്തിന് പൊന്നിന്റെ തിളക്കവും സിൽക്ക് നൂലിന്റെ മാർദ്ദവവുമുണ്ടായിരുന്നു.

അതിന്റെ സുഖത്തിൽ പിന്നീട് കടന്നെത്തിയത് മറ്റൊരു വിസ്മയലോകത്തേക്കാണ്. ചാറ്റ്... ചാറ്റ്... എന്ന് അഭിസംബോധന ചെയ്ത് വിളിക്കാൻ എനിക്കേറെ ഇഷ്ടമായിരുന്നു.

ഇഷ്ടകാമുകനെ കണ്ടെത്തിയ ആഹ്ലാദത്താൽ ഞാൻ ആ സിൽക്ക് നൂലിനെ ചേർത്തുപിടിച്ചു. ആ മാർദ്ദവത്തിൽ സ്വയം പുളകം കൊണ്ടു. ആ നൂൽ എന്റെ ജീവിതത്തിലെ പ്രധാന പാലമായി മാറിയപ്പോൾ അതൊരു കുടുക്കാണെന്ന് എനിക്ക് തോന്നിത്തുടങ്ങി. കാപട്യത്തിന്റെ മുൾമുന കൊണ്ടാണ് ആ നൂൽ നെയ്തെടുത്തത് എന്ന് ഞാൻ ആദ്യമൊന്നും അറിഞ്ഞിരുന്നില്ല.

ഈ മുൾമുന ലോകമെമ്പാടും പരക്കുന്ന വിഷവീര്യം ആവാഹിക്കുന്ന സ്രോതസ്സാണെന്നറിഞ്ഞപ്പോൾ ഞെട്ടിപ്പോയി. പിന്നെ രക്ഷപ്പെടാനുള്ള വഴിയേതെന്നറിയാതെ ഞാൻ ആ നൂൽപ്പാലത്തിൽ പതറിനിന്നു.

ചിലന്തി വിഷവീര്യത്താൽ തിളങ്ങുന്ന നേത്രത്തോടെ എന്നെത്തന്നെ ഉറ്റുനോക്കുന്നത് ഞാൻ കണ്ടു. എന്റെ ചെറിയൊരു ചലനം പോലും ഒപ്പിയെടുക്കാൻ പാകത്തിലായിരുന്നു അവന്റെ നിൽപ്പ്. എന്റെ വ്യക്തിത്വം എന്നിൽനിന്ന് ചോർന്നുപോകുന്നതായി എന്റെ ശരീരഭാഷയിലൂടെ ഞാനറിഞ്ഞു.

ജീവച്ഛവമായി നിൽക്കാൻ ഞാൻ തീരെ ഇഷ്ടപ്പെട്ടിരുന്നില്ല. അത് മരണത്തെക്കാൾ ഭയാനകമാണെന്ന് ഞാൻ മനസ്സിലാക്കി. 'യു' എന്ന് കേൾക്കുമ്പോഴേയ്ക്കും എന്റെ ശരീരം ശക്തമായി വിറയ്ക്കാൻ തുടങ്ങും. ഒപ്പം ചിലന്തികൾ ചുറ്റും ട്യൂബാകൃതിയിൽ പരക്കുന്നതായി എനിക്ക് തോന്നിത്തുടങ്ങി. നോക്കിക്കൊണ്ടിരിക്കെ അത് പെരുകുന്നു. ഒറ്റയ്ക്കും കൂട്ടമായും എന്നെ ആക്രമിക്കാൻ അവ ഒരുങ്ങിയിരിക്കയാണെന്ന് തോന്നുന്നു.

എന്റെ മേനിയിലും മനസ്സിലും ബുദ്ധിയിലും അവ ചേക്കേറിയിരിക്കയാണെന്ന് അസ്വസ്ഥതയോടെ ഞാൻ മനസ്സിലാക്കുന്നു. ഇവയ്ക്കിടയിൽ നിന്ന് എങ്ങനെയെങ്കിലും എനിക്ക് രക്ഷപ്പെടണം, രക്ഷപ്പെട്ടേ തീരൂ. എങ്ങനെയാണത് സാധിക്കുക? പറയൂ എങ്ങനെയാണ് എനിക്ക് രക്ഷപ്പെടാൻ സാധിക്കുക?"

അവളിലെ അസ്വസ്ഥതയുടെ നെരിപ്പോടിൽ നിന്ന് ഊറിക്കൂടിയ വിയർപ്പുതുള്ളികൾ നെറ്റിത്തടത്തിൽ നിന്ന് ചാലായി താഴോട്ട് ഒഴുകുമ്പോൾ അനുഭവത്തിന്റെ സാക്ഷ്യപത്രം പോലെ അത് തിളങ്ങിനിന്നു.

ഒരു ഉത്തരത്തിനായി കാതോർത്തുനിന്ന അവളുടെ ചെവിയിൽ ഡോക്ടർ ഉരുവിട്ടു.

'ഒരു കൗൺസിലിങ്ങ് മാത്രം മതി. അത് നാളെത്തന്നെ നടത്താം.'

പിറ്റേന്ന് കൗൺസിലിങ്ങിനെത്തിയ കുട്ടി വളരെയേറെ ആഹ്ലാദത്തിലായിരുന്നു. ജീവിതത്തിലെ വിഷമയമായ പാതകളെ ഒഴിവാക്കിക്കൊണ്ട് നന്മയുടെ പുതിയ വഴി സൃഷ്ടിക്കാൻ ഡോക്ടർ അവൾക്ക് നിർദ്ദേശം നൽകി.

കയ്ക്കുന്ന കാഞ്ഞിരം ഏഴു ദിവസം പാലിലിട്ട് പുഴുങ്ങി വെയിലത്ത് വെച്ച് ഉണക്കി വീണ്ടും വൈദ്യന്മാർ മരുന്നിന് എടുക്കുന്നതുപോലെ, ഏത് ഇനം വിഷത്തിനും മറുമരുന്നുണ്ട് എന്ന യാഥാർത്ഥ്യം അവളിലെ നവചേതനയെ ഉണർത്തി.

ഡോക്ടർ ഒന്നുകൂടി ഓർമ്മിപ്പിച്ചു. 'നൂൽപ്പാലം കെട്ടിക്കൊണ്ട് ചിലന്തികൾ ഇനിയും കാത്തിരിക്കും. ഇത് തുടർന്നുകൊണ്ടിരിക്കുന്ന പ്രക്രിയയാണ്. അതിൽ കുടുങ്ങാതെ ശ്രദ്ധിക്കേണ്ടത് ഇരയുടെ ഉത്തരവാദിത്വമാണ്. ജാഗ്രതയോടെ വീക്ഷിക്കുക!'

വസുന്ധരേ മാപ്പ്

വസുന്ധരയ്ക്ക് മണ്ണിന്റെ നിറവും കിനാവ് പൊഴിയുന്ന നേത്രങ്ങളുമാണ് ഉണ്ടായിരുന്നത്. കടും പച്ചനിറമുള്ള പട്ടുചേലയാണ് എപ്പോഴും ഉടുക്കാൻ അവർ ഇഷ്ടപ്പെട്ടിരുന്നത്. നറും പുഞ്ചിരിയൂറുന്ന ചുണ്ടുകളിൽ പ്രതീക്ഷയുടെ ചാഞ്ചാട്ടം മിന്നിമറഞ്ഞിരുന്നു.

'അതെ, അവർ ഒരു ദേവതയായിരുന്നു. സമൃദ്ധിയുടെ ദേവത. കേരളീയരുടെ ഭാഗ്യജാതകം കുറിക്കപ്പെട്ടത് അവരുടെ നാമത്തിലൂടെയാണ്.'

അവർ മനസ്സ് തുറന്ന് ഒന്ന് അനുഗ്രഹിച്ചാൽ നിറയാത്ത വയറുകളില്ല. ചിരിക്കാത്ത മുഖങ്ങളില്ല.

കാലത്തിന്റെ മുത്തശ്ശി പഴങ്കഥക്കെട്ട് അഴിച്ചിട്ടപ്പോൾ അതിൽനിന്ന് വിലപ്പെട്ട ഒരു സത്യം രേഖാപത്രമായി മുന്നിൽ തെറിച്ചു വീണു.

അതിലിങ്ങനെ കുറിച്ചിട്ടിരുന്നു. 'കാലത്തിന്റെ മുത്തശ്ശിയ്ക്ക് മരണമില്ല.'

നെൽപ്പാടങ്ങളിലെ നടവരമ്പിലൂടെ സ്വപ്നങ്ങളുടെ പൂക്കുടയുമായി ഓടിക്കളിക്കും ബാല്യത്തെ മനസ്സിൽ നിന്നും മായ്ക്കാൻ ആർക്കുമാകില്ല.

ആവി പറക്കും പുത്തരിച്ചോറിന്റെ സ്വാദ് നാവിലൂറുമ്പോൾ ഇലയിട്ടു വിളമ്പിയ തിരുവോണ സദ്യപോലെ രുചിമേളങ്ങളുടെ ആസ്വാദ്യതയാൽ മനം കുളിർത്തു.

മുളങ്കാടിനുള്ളിലൂടെ ഒഴുകിയെത്തുന്ന ഇളംകാറ്റ് പ്രണയിനിയെ ചൂളം വിളിക്കുമ്പോൾ, തന്നെയല്ലെന്ന ഭാവത്തിൽ വസുന്ധര ലജ്ജാവിവശയായ മുഖത്തോടെ തലകുനിച്ചിരിക്കുന്ന ആ പ്രണയസല്ലാപനിമിഷങ്ങളെ മറക്കാനും നമുക്ക് കഴിയില്ല.

ഞാനെല്ലാം മനസ്സിലാക്കി എന്ന ഭാവത്തിൽ തൂക്കണാം കുരുവികൾ കാറ്റാടിമരത്തിലിരുന്ന് മംഗളനൂപുരധ്വനിയുടെ തന്ത്രികൾ മീട്ടിയതും എങ്ങനെ മറക്കും നാം.

മകരമാസത്തിലെ ഉച്ചാറൽ ദിനത്തിൽ ആദ്യമായി വസുന്ധര തിരണ്ടപ്പോൾ ദേശത്താകെ ഉത്സവത്തിമർപ്പിന്റെ ആറാട്ട്.

അടുക്കളയിൽ പാത്രങ്ങളുടെ തട്ടുംമുട്ടും. മധുരപലഹാരം ചുടുന്നതിന്റെ മാധുര്യഗന്ധവും പ്രദേശവാസികളുടെ നാസാരന്ധ്രങ്ങളെ ത്രസിപ്പിച്ചു.

'ചിങ്ങം ഒന്നിന് വസുന്ധരയുടെ മിന്നുകെട്ട്. കാർഷിക പാരമ്പര്യമുള്ള കുടുംബത്തിൽ നിന്ന് വന്നെത്തിയ, കേൾവികേട്ട കർഷകൻ തന്നെയായിരുന്നു വരൻ.'

താളമേളക്കൊഴുപ്പുള്ള വിവാഹവാദ്യഘോഷത്തിൽ വിവിധയിനം നെൽവിത്തിനങ്ങൾ വസുന്ധരയ്ക്കായി കാർഷികകേരളം സമർപ്പിച്ചപ്പോൾ ആഹ്ലാദത്താൽ ആ മുഖം വിടർന്നു വികസിച്ചു.

പാരമ്പര്യത്തിലും ജനുസ്സിലും പേരുകേട്ട ഇനങ്ങളുടെ വംശമാഹാത്മ്യം കർഷകശ്രീ ജേതാവ് കർഷകർക്കായി പകർന്നു നൽകുമ്പോൾ, വസുന്ധര തന്നിൽ നിക്ഷിപ്തമാകുന്ന ഐശ്വര്യത്തെ സ്വീകരിക്കാൻ അഭിമാനപൂർവ്വം തയ്യാറായി.

വിത്തിടൽ ചടങ്ങ് കേങ്കേമമായി നടന്നപ്പോൾ നാട്ടിപ്പാട്ടും 'കമ്പള' പ്പാട്ടും വയലേലകളിൽ അത്യുത്സാഹത്തോടെ അരങ്ങേറി.

സ്വപ്നങ്ങളെ താലോലിച്ചുറക്കിയ ദിനരാത്രങ്ങൾ, നെൽച്ചെടിയിൽ കതിർ വരുന്ന ശുഭദിനത്തെ കാത്തിരുന്നു.

ദിനങ്ങൾ പലത് പിന്നിട്ടപ്പോൾ ഇളംചുവപ്പ് നിറമുള്ള കതിരുകളിൽ പാൽ നിറഞ്ഞ് കൂമ്പി നിന്നു.

വസുന്ധര ഗർഭിണിയായതറിഞ്ഞ കർഷക സ്ത്രീകൾ 'കതിര് കുളിപ്പിക്കൽ' ചടങ്ങും വയലിൽ വെച്ച് നടത്തി.

അന്നേ ദിവസം പടിഞ്ഞാറ്റയിൽ ശീവോതിയ്ക്ക് ഉച്ചയൂൺ വിളമ്പി. സന്ധ്യയ്ക്ക് അട ചുട്ട് നെല്ലറയിൽ നിവേദിച്ചു.

കർഷകരുടെ മനംനിറയെ പ്രതീക്ഷയുടെ പൊൻവെളിച്ചം തെളിയിച്ച് വരുംമാസങ്ങൾ പിന്നിടുന്നു.

സമൃദ്ധിയെ വരവേൽക്കാൻ നാടാകെ ഒരുക്കങ്ങൾ ആരംഭിച്ചു.

വസുന്ധരയുടെ പ്രസവം ധനുമാസം കടക്കില്ലെന്ന് കർഷകർക്ക് ഉറപ്പുണ്ട്.

നിറഞ്ഞ വയലേലകളിൽ പൊൻനിറമുള്ള നെൻക്കതിരുകൾ ആടിയുലഞ്ഞ് നിൽക്കുന്നത് കാണുമ്പോൾ മനംകുളിർക്കുന്നു.

മഴ മാറിനിന്ന് മാനം തെളിയും സമയം. കർഷകൻ പ്രാർത്ഥനയോടെ പാടത്തിലിറങ്ങി ഒരുപിടി നെൽക്കതിർ കൊയ്ത് വീട്ടുമുറ്റത്തെത്തിക്കുന്നു. അതോടെ കൊയ്ത്താരംഭിച്ചു കഴിഞ്ഞു.

പുത്തരിയൂണും തയ്യാറായിക്കഴിഞ്ഞാൽ കർഷകർക്ക് വിശ്രമമില്ല. വീടായ വീടുതോറും കൊയ്ത്തുത്സവത്തിന്റെ ആരവം മുഴങ്ങി. മുറ്റത്തും അകത്തും നെൽക്കൂമ്പാരങ്ങൾ കുമിഞ്ഞുകൂടി. ചാക്കിലും കൊട്ടയിലും വട്ടിയിലുമായി നെല്ല് സംഭരിക്കപ്പെട്ടു. പത്തായങ്ങൾ നിറഞ്ഞുകവിഞ്ഞു. കർഷകജനതയുടെ ആത്മവിശ്വാസം വർദ്ധിച്ചു.

നന്മയുടെ നിറകുടമായ നാട് സമ്പത്സമൃദ്ധിയുടെ പൊൻവെളിച്ചത്തിൽ തിളങ്ങുമ്പോൾ, നാട്ടുകാർ അദ്ധ്വാനത്തിന്റെ മാഹാത്മ്യം മഹത്വവത്ക്കരിക്കുന്ന നിമിഷത്തെ പ്രാർത്ഥനാപൂർവ്വം സ്മരിച്ചു.

കുട്ടികൾ പുത്തൻ ഉടുപ്പിട്ട് മധുവൂറുന്ന പായസവും കുടിച്ച് മുറ്റത്തും പാടത്തും പൂമ്പാറ്റകളെ പിടിക്കാൻ മത്സരിച്ചു.

തുമ്പികൾ വട്ടമിട്ട് പറന്നുപൊങ്ങി. പല നിറത്തിലുള്ള പൂക്കൾ വിരിയിക്കാൻ സസ്യലതാദികൾ തിടുക്കം കൂട്ടി.

പ്രാവുകൾ കൂട്ടമായി കൊയ്ത്തുകഴിഞ്ഞ വയലിൽ നെൽമണിക്കായി പറന്നിറങ്ങി.

ജൈവവൈവിധ്യങ്ങളുടെ കലവറയായി വസുന്ധര പൂർവ്വാധികം ശോഭിച്ചു.

ഗ്രാമീണരുടെ മനവും വയറും നിറഞ്ഞു. മടിശ്ശീലകൾക്ക് ഭാരം വെച്ചു. ഇനി രണ്ടാം ഘട്ടം - കാലം വർത്തമാനത്തിന്റെ കയ്പൂറുന്ന അവസ്ഥാന്തരത്തെ ചൂണ്ടിക്കാട്ടി.

സ്വാർത്ഥതയുടെ മുഖംമൂടിയണിഞ്ഞ ഗൂഢസംഘങ്ങൾ പാരമ്പര്യത്തനിമയെ തട്ടിത്തെറിപ്പിക്കാൻ കൊടുങ്കാറ്റായി പറന്നെത്തി. ആ കാറ്റും കോളും കണ്ട് വസുന്ധര പരിഭ്രമിച്ചു.

എങ്ങനെയെങ്കിലും സമ്പത്തിന്റെ പറുദീസയെ സ്വന്തമാക്കാനുള്ള കരുക്കൾ അവർ ചതുരംഗപ്പലകയിൽ നിരത്തി.

നല്ല മണവും രുചിയുമുള്ള ഗന്ധകശാല, ചോറിൽ മൂപ്പൻ വെളിയൻ, മരുന്നിൽ മികച്ചത് നവര - എന്നിങ്ങനെ വിത്തിനങ്ങളുടെ മാഹാത്മ്യം മറുനാട്ടിലെത്തിക്കാൻ അവർ പരസ്പരം തിടുക്കം കൂട്ടി.

വിത്തിനങ്ങൾക്ക് വില കൂട്ടി നൽകി കച്ചവടസംഘം കരുക്കൾ നീക്കിക്കൊണ്ടിരുന്നു. കർഷകർ ഒന്നടങ്കം പരാജയക്കളത്തിലേക്ക് തെന്നിനീങ്ങിക്കൊണ്ടിരുന്നു.

ഗ്രാമത്തിലെ ശാന്തമായ അന്തരീക്ഷവും അത്യാകർഷകമായ പ്രകൃതി ഭംഗിയും വിജയികളുടെ തലച്ചോറിനെ മത്തുപിടിപ്പിച്ചു.

കാട്ടരുവികളും പുഴകളും മലകളും രാത്രി അവരുടെ മനസ്സിന്റെ ഉറക്കം കെടുത്തി. 'റിസോർട്ട്' എന്ന സ്വപ്നം യാഥാർത്ഥ്യമാക്കാനുള്ള വഴി കണ്ടെത്താനുള്ള സൂത്രത്തിലേക്ക് ചിന്ത നീങ്ങി.

നാളും പക്കവും തെറ്റാതെ കർഷകർ കൃത്യസമയത്ത് വിത്ത് വിതച്ച് വെള്ളവും വളവും നൽകി ജൈവകീടനാശിനി സ്വയം നിർമ്മിച്ച് തളിച്ച് ഉശിരോടെ ഉയർന്നുനിൽക്കുന്ന - സസ്യവിളകളുടെ കൂടെ നിന്ന് സെൽഫിയെടുത്ത് ഫെയ്സ്ബുക്കിലിട്ടു.

കൃഷിഭൂമി പരസ്യക്കളത്തിലേക്ക് നീങ്ങിയപ്പോൾ വമ്പൻ സ്രാവുകൾ അവിടെയെത്തി ആധിപത്യം ഉറപ്പിച്ചു.

പട്ടണത്തിലെ ഇരുട്ടറയിൽ മയങ്ങിക്കിടന്നിരുന്ന ടൺ കണക്കിന് അന്തകവിത്തുകൾ കൃഷിഭൂമി ലക്ഷ്യമാക്കി നീങ്ങി. രാസവളങ്ങൾ പിന്നാലെയെത്തി.

സ്വന്തം കുഞ്ഞുങ്ങളെയെന്നപോലെ ഗ്രാമവാസികൾ കാത്തുരക്ഷിച്ച ഭൂമിയിൽ പാഷാണം വിളമ്പുന്നതറിഞ്ഞ് പലരും ബോധം കെട്ടുവീണു. ചിലർ സങ്കടം സഹിക്കാതെ ദേശം വിട്ടുപോയി.

അന്തകന്റെ കയ്യാൽ അന്തകവിത്തുകൾ ഭൂമിയിൽ ചിതറിത്തെറിച്ചപ്പോൾ അതിന്റെ അസ്വസ്ഥതയാൽ വസുന്ധരയുടെ ശരീരത്തിൽ ചിലയിടത്ത് വിണ്ടുകീറുകയും, ചില ഭാഗത്ത് കുമിളകൾ രൂപപ്പെട്ട് നീർക്കെട്ടുണ്ടായി. അഴുകിയ വെള്ളം പുറത്തേക്ക് വമിക്കുകയും ചെയ്തു.

നീറ്റലുകൾ അസഹ്യമായപ്പോൾ അവൾ വലിയ വായിൽ നിലവിളിച്ചു. പക്ഷേ, ആ ശബ്ദം ആരുടെയും കരളലിയിച്ചില്ല.

ശോഭയാർന്ന മുഖമാകെ കരിവാളിച്ച്, ശോഷിച്ച ശരീരവുമായി വസുന്ധര വയലിൽ നിന്നപ്പോൾ പലരും പഴിച്ചു.

'ഇത്തവണ കൃഷി ചതിച്ചൂട്ടോ.' ഒരു തെറ്റും ചെയ്യാത്ത തന്നെ പലരും പഴിക്കുന്നതുകേട്ട് നിശ്ശബ്ദയായി സർവ്വംസഹയായി, നിറഞ്ഞുതുളുമ്പുന്ന കണ്ണുകളോടെ നിർവികാരയായി അവൾ നിന്നു.

'കൃഷിയിട്ടാൽ ഇരട്ടിലാഭം കിട്ടുന്ന വിളയേത്' എന്നറിയാൻ അവർ ഇന്റർനെറ്റിൽ പരതി.

വയലായ വയലെല്ലാം മണ്ണിട്ട് നികത്തി പുത്തൻ കൃഷിഭൂമിയാക്കി മാറ്റി. തണ്ണീർത്തടങ്ങളുടെ കണ്ണും പൊട്ടി.

നാടിന്റെ വികസനം എന്ന വ്യാജേന മരങ്ങൾ ഒന്നൊന്നായി ജെ.സി.ബി പിഴുതെറിഞ്ഞു. ഊടുവഴികൾ റോഡായും, റോഡുകൾ ടാറിട്ടും, എൻ. എച്ച് ഹൈവേയായും വികസിച്ച് ഭൂമാപ്പിൽ ഇടം തേടി.

ഖനനത്തിനായി വമ്പൻ സ്രാവുകൾ ഊളിയിട്ട് കുതിച്ചെത്തി. കരിങ്കല്ലുകളും ചെങ്കല്ലുകളും നിമിഷങ്ങൾക്കുള്ളിൽ ക്വാറിയായി രൂപമാറ്റം വന്നപ്പോൾ അനുമതിയില്ലാതെ അവയവം കട്ടെടുത്ത് വില്ക്കുന്ന വില്ലൻമാരായും അവർ പേരെടുത്തു.

ഭൂമിയുടെ താങ്ങായ നട്ടെല്ലിൽ കുഴൽക്കിണർ താഴ്ത്തി ശുദ്ധജലം എന്ന വ്യാജേന അവർ ഇരുമ്പൂറുന്ന രാസദ്രവ്യത്തെ ഊറ്റിയെടുത്ത് വില്പനയ്ക്കായി വെച്ചു.

ഭൂമിയുടെ ഉള്ളറ ചൂടുപിടിച്ചപ്പോൾ ഞാഞ്ഞൂലുകൾ കൂട്ടമായി പുറത്തേക്ക് വന്ന് ചത്തുവീണു. പുൽക്കൊടികൾ പോലും ഒന്നൊന്നായി ഇളം മഞ്ഞ നിറമാർന്ന് കരിഞ്ഞുവീണു.

വേനൽക്കാലത്ത് കിണറുകളെല്ലാം നേരത്തെ വറ്റി. ഒരു ജനതയാകെ വെള്ളത്തിനായി ദൂരങ്ങളോളം താണ്ടിപ്പോയി.

ആദിവാസികൾ തലമുറകളായി സൂക്ഷിക്കുന്ന കാട്ടിലെ നീർക്കുഴികളും അവർ കണ്ടെത്തി. കുനിഞ്ഞുനിന്ന് കിട്ടാതെ വന്നപ്പോൾ കിടന്നാണെങ്കിലും വെള്ളം മൊന്തയിൽ മുക്കിയെടുത്ത് ദാഹം മാറ്റി.

ദേശത്തെ ഓരോ കവലകളിലും ജനം വെള്ളത്തിനായി കാത്തുനിന്നു.

ചുട്ടുപൊള്ളുന്ന വെയിലിൽ പുറവും മുഖവും പൊള്ളി. ചിലർ ചൂട് സഹിക്കാനാവാതെ തളർന്നുവീണു.

ടാങ്കർ ലോറികളിൽ വെള്ളം വില്പനയ്ക്കായി എത്തിയ വാർത്തയറിഞ്ഞ് വസുന്ധര കണ്ണുകൾ ഇറുക്കിയടച്ചു. രണ്ടു തുള്ളി കണ്ണീരിന് ഹീറ്ററിൽ തിളച്ച വെള്ളത്തെക്കാൾ ചൂടുണ്ടായിരുന്നു.

'ഇനി വായുവും വിലയ്ക്ക് വാങ്ങേണ്ടിവരും.' ആരോ തമാശയായാണ് അത് പറഞ്ഞതെങ്കിലും, തീക്ഷ്ണമായ യാഥാർത്ഥ്യം അതിൽ തെളിഞ്ഞുനിന്നിരുന്നു. വൻനഗരങ്ങളിൽ ഇപ്പോൾതന്നെ ശുദ്ധവായു വിലയ്ക്കു വാങ്ങി ജനം ശ്വസിച്ചു തുടങ്ങി എന്നാണ് കേട്ടത്!

ഇനി സഹിക്കാൻ വയ്യ. തനിക്കും കിട്ടണം നീതി.

പീഡന വിവരങ്ങൾ ഓരോന്നായി വസുന്ധര കമ്മീഷന് മുന്നിൽ സമർപ്പിച്ചു.

'ഇനി എനിക്ക് അല്പം ജീവൻ മാത്രമാണ് ബാക്കിയുള്ളത്. അതെനിക്ക് വേണം. അതെന്റെ അവകാശമാണ്.'

മാധവ് ഗാഡ്ഗിൽ റിപ്പോർട്ട് അനന്തമായി നീണ്ടപ്പോൾ, വസുന്ധര കസ്തൂരിരംഗനും സമർപ്പിച്ചു മറ്റൊരു നിവേദനം.

'ക്ഷമയോടെ കാത്തിരിക്കൂ. ഉത്തരവ് വരാതിരിക്കില്ല.'

ആ ആശ്വാസവചനങ്ങളാണ് പ്രതീക്ഷയോടെ മുന്നോട്ട് നയിച്ചത്.

ആരുടെയൊക്കെയോ ശക്തമായ പ്രേരണയാൽ നിവേദനം രണ്ടും പാതിവഴിയിൽ തടയപ്പെട്ടു. ഫയൽ അപ്രത്യക്ഷമായി? നീതി ലഭിക്കില്ലെന്ന് ഉറപ്പായി.

'ഇനി കാത്തിരിക്കുക വയ്യ. തിരിച്ചടിക്കുക തന്നെ.' വസുന്ധരയുടെ തീരുമാനം ഉറച്ചതായിരുന്നു.

കാലചക്രത്തിന്റെ മൂന്നാം ഘട്ടത്തിൽ, വസുന്ധര നിലനില്പിനായി നിശ്ചയദാർഢ്യത്തിന്റെ മനഃക്കരുത്ത് വീണ്ടെടുത്ത് പോരാട്ടം തുടങ്ങി.

കോപാഗ്നിയാൽ ആ കണ്ണുകൾ ചുവന്നുതുടുത്തു.

ചിന്ത കനലായി മാറി.

ജീവിതം തിരിച്ചുപിടിച്ചേ തീരൂ. നിലനില്പ് അനിവാര്യമാണ്.

നിരാലംബർ അനവധിയുണ്ടാകുമെന്നറിയാം. ചെയ്യുന്നത് പാപമാണെന്നുമറിയാം. എങ്കിലും നിലനില്പിനു വേണ്ടി ചെയ്യാതിരിക്കാൻ നിവൃത്തിയില്ല.

പ്രഷർ കൂടിക്കൂടി സർവ്വലോകനാശം വരുംമുമ്പ്, എന്നിലുള്ള പ്രഷർ അല്പമൊന്ന് റിലീസാക്കട്ടെ.

വസുന്ധര ഭൂമിയിലുള്ള സർവ്വചരാചരങ്ങളെയും ധ്യാനിച്ച് ബോധമണ്ഡലത്തിന് ശക്തി പകർന്ന് നൽകി.

എല്ലാ പ്രഷറും ഒരേ കോണിലേക്ക് ആവാഹിക്കപ്പെട്ടു.

പ്രധാന ഞരമ്പുകളിലൂടെ ചെറു ഞരമ്പുകളിലേയ്ക്ക് സന്ദേശം വ്യാപിച്ചു.

രൗദ്രമണ്ഡലത്തിലേക്ക് അതിവേഗം അത് തിരിച്ചെത്തി. പിന്നെ ശക്തമായ പ്രകമ്പനമായിരുന്നു. പ്രകൃതിയുടെ താളാത്മകതയ്ക്ക് താളം തെറ്റി. കാറ്റിലും പേമാരിയിലും പലതും തകർന്നടിഞ്ഞു.

മലമുകളിൽ സാമാന്യം വലിയ വിള്ളൽ രൂപപ്പെട്ടു. ആ വിള്ളലുകളിലൂടെ ഇതുവരെ സഹിച്ച പീഡനത്തിന്റെ ആകെത്തുകകൾ കണ്ണീരായി നീർക്കുമിളകളായി പതഞ്ഞുപൊങ്ങി.

ഭൗമശാസ്ത്രജ്ഞർ മുന്നറിയിപ്പ് നൽകി - 'സോളാർ പൈപ്പിങ്ങ്.'

'അപകടമേഖലയിൽ നിന്ന് ജനം ഒഴിഞ്ഞുപോകുക.' നാടാകെ വാർത്ത പ്രചരിച്ചു. ജനങ്ങൾ ജീവനും കൊണ്ട് പരക്കംപാഞ്ഞു.

മണ്ണിടിയുന്ന ഹുങ്കാരശബ്ദം പിന്നിൽനിന്ന് ഭയാനകമായി മുഴങ്ങിക്കേട്ടു. കാർമേഘം കനത്തു തൂങ്ങി. ഇടിമിന്നലിൽ ജീവനും വസ്തുക്കളും കരിഞ്ഞുനിന്നു.

വിള്ളലുകളുടെ വിടവ് വർദ്ധിച്ചു. ഭയാനകമാംവിധം അത് നിലം പതിച്ചു.

വസുന്ധരയുടെ മനസ്സിൽ കുമിഞ്ഞുകൂടിയ സങ്കടങ്ങളും വേവലാതികളും ഒന്നിനു പുറകെ ഒന്നായി ഉരുളൻ കല്ലുകളുടെയും ഭീമാകാരമായ പാറക്കഷണങ്ങളുടെയും രൂപത്തിൽ മൺകൂമ്പാരങ്ങളോടൊപ്പം മലയടിവാരത്തിലേക്ക് ദിശ തെറ്റി പാഞ്ഞുവന്നു.

വിലപ്പെട്ട ജീവനുകൾ പലത് പൊഴിഞ്ഞു. വീടുകൾ മണ്ണിനടിയിലായി. അതിനുള്ളിലൂടെ ഒരു നീർച്ചാൽ രൂപപ്പെട്ടു. ആശ്വാസത്തിന്റെ നീർച്ചാൽ.

കരച്ചിലിന്റെ തീക്ഷ്ണത അല്പമൊന്ന് ശമിച്ചപ്പോൾ, തലയുടെ ഭാരം അല്പമൊന്നു കുറഞ്ഞപ്പോൾ, കരഞ്ഞു കലങ്ങിയ കണ്ണീർച്ചാലുപോലെ കലങ്ങിമറിഞ്ഞ ചെളിവെള്ളം താഴേയ്ക്ക് താഴേയ്ക്ക് ഒഴുകി പരക്കാൻ തുടങ്ങി.

പുഴകളായ പുഴകളെല്ലാം നിറഞ്ഞുകവിഞ്ഞ് വെള്ളം വാസസ്ഥലത്തേക്ക് കുതിച്ചെത്തി. മഴയുടെ വരവ് കണ്ട്, ഭീതിയാൽ - അണക്കെട്ടുകൾ പൊട്ടാൻ തയ്യാറെടുത്തു. ഗ്രാമവും പട്ടണവും അങ്ങാടിയും വീടും കിണറും അഴുക്കുചാലും ഒന്നായി.

കറുത്ത നിറമുള്ള വെള്ളത്തിൽ രോഗാണുക്കൾ ആർത്തട്ടഹസിച്ച് തിമർത്ത് മറിയാൻ തുടങ്ങി. ആകപ്പാടെ ഭീതിദമായ അവസ്ഥ കണ്ട് ജനം പരിഭ്രമിച്ചു.

വിതുമ്പുന്ന ചുണ്ടുകളോടെ ചുവന്നു തുടുത്ത കവിൾത്തടത്തോടെ അതിതീവ്രഭാഷയിൽ വസുന്ധര ശാപവാക്കുകൾ ഉരുവിട്ടു.

'ജീവന്റെ അടിസ്ഥാനഘടകം പ്രകൃതിയാണെന്നറിഞ്ഞിട്ടും - എന്നെ നശിപ്പിക്കാൻ ശ്രമിച്ച മനുഷ്യകുലമേ നിന്റെ നാശം ആസന്നമാണ്.'

'ഇനിയും നീ ഉണർന്നു പ്രവർത്തിക്കാൻ തയ്യാറായില്ലെങ്കിൽ... ചിന്തിക്കാൻ പോലും സമയം കിട്ടാതെ മനുഷ്യവംശം മൺകൂമ്പാരങ്ങൾക്കടിയിൽ ഞെരിഞ്ഞമർന്ന്, കാലപുരി പൂകും.'

ജാഗ്രത.

ശക്തിസ്വരൂപിണിയായി, സംഹാരരുദ്രയായി ഉറഞ്ഞു തുളുമ്പി നിൽക്കുന്ന വസുന്ധരയെ കണ്ട് ലോകം വിറങ്ങലിച്ചു നിന്നു.

ഒരു പുനർവിചിന്തനത്തിന്റെ മൂകസാക്ഷിയെന്നോണം അഷ്ടദിക്കുകൾ തരിച്ചുനിന്നു.

അപ്പോഴും കാർമേഘം കനത്ത് തൂങ്ങുകയായിരുന്നു!

☸

പേറ്റന്റ്

കൂർത്ത്മൂർത്ത നഖങ്ങളും കൂർത്ത പല്ലുകളുമായാണ് അവൾ ജനിച്ചുവീണത്.

കൂർത്ത ചരൽക്കല്ലുകൾ അവൾക്ക് ദുർഘടമായ ജീവിതപാത കാണിച്ചുകൊടുത്തു. പതറാതെ - തളരാതെ - യാത്ര തുടരൂ. മനസ്സും അവളെ ഉദ്ബോധിപ്പിച്ചു.

അടുത്ത വീട്ടിലെ സ്ത്രീയുടെ ഏങ്ങലടിയും, കുട്ടിയുടെ ദയനീയമായ കരച്ചിലും അവൾക്ക് ദുസ്സഹമായി അനുഭവപ്പെട്ടു.

ഉണരാൻ കൂട്ടാക്കാതെ, ഉറക്കം നടിച്ചുകിടക്കുന്നവരെ അവൾക്ക് പണ്ടേ വെറുപ്പാണ്. 'പൊരുതി നേടിയെടുക്കേണ്ടതാണ് ജീവിതം' - എന്ന തത്ത്വാവലിയിൽ അവൾ ഉറച്ചുനിന്നു.

മാറ് മറയ്ക്കാൻ സമരരംഗത്തിറങ്ങിയ സ്ത്രീയുടെ ജീനാണ് തന്നിൽ നിക്ഷിപ്തമായതെന്ന് അവൾ ഉറച്ചു വിശ്വസിച്ചു. അവയവത്തിന് കരം ചുമത്തിയപ്പോൾ വീറോടെ അത് മുറിച്ച് നൽകിയ സ്ത്രീയും ചരിത്രത്തിന്റെ വാതായനങ്ങളിലൂടെ അവൾക്ക് ശക്തി പകർന്നുനൽകി.

നിറം മങ്ങിയ തുണിയിൽ സ്വന്തം കരവിരുതുകൊണ്ട് ആരും കാണാതെ അറകൾ നെയ്തെടുത്താണ് അവൾ ജീവിതത്തിലെ വിരസ നിമിഷങ്ങളെ അകറ്റിനിർത്തിയത്.

ഇലക്ട്രിക് വയറുകൾ കൊണ്ട് ആഭരണങ്ങൾ സ്വയം നിർമ്മിച്ചെടുക്കാനുള്ള കലാവൈഭവവും അവൾക്ക് ഉണ്ടായിരുന്നു.

കഴുത്തിൽ തട്ടുമ്പോൾ അസ്വസ്ഥത തോന്നിയിട്ടാകാം നീണ്ടമുടി വെട്ടിക്കളഞ്ഞ് കുറ്റിമുടിയാക്കാൻ അവൾ തീരുമാനിച്ചത്.

അവളുടെ കൈയ്യിൽ എന്നും നിറംമങ്ങിയ ഒരു സഞ്ചി തൂക്കിയിട്ടിട്ടുണ്ടാകും.

'അനേകം ചോദ്യങ്ങൾക്ക് ഉത്തരം കണ്ടെത്തലാണ് ലക്ഷ്യം.'

ആളുകൾ അവളെ 'ഭ്രാന്തി'യെന്നും, 'കള്ളത്തി'യെന്നും വിളിക്കുമായിരുന്നു. ആ സഞ്ചി പലതവണ പോലീസുകാർ പിടിച്ചു വാങ്ങാൻ നോക്കിയെങ്കിലും അവൾ മുറുക്കിത്തന്നെ പിടിച്ചിരുന്നു.

വനിതാ പോലീസിനെക്കൊണ്ട് പലവുരു പരിശോധിക്കാൻ നോക്കിയെങ്കിലും ആർക്കും വേണ്ടാത്ത ചില വസ്തുക്കൾ മാത്രമായിരുന്നു അവർക്ക് കാണാൻ കഴിഞ്ഞത്.

'മനുഷ്യന്റെ സമയം മിനക്കെടുത്താൻ ഓരോന്ന് രാവിലെ ഇങ്ങ് ഇറങ്ങിക്കോളും' - പോലീസുകാരി അരിശത്തോടെ മുറുമുറുക്കുന്നത് അവൾക്ക് കേൾക്കാമായിരുന്നു.

എന്നിട്ടും തന്റെ സഞ്ചിയെ മാറോടടുക്കിപ്പിടിച്ചുകൊണ്ട് അവൾ യാത്ര തുടർന്നു. സ്വർണത്തെക്കാൾ - രത്നത്തെക്കാൾ വിലപിടിപ്പുള്ള സഞ്ചിയായി അവൾ അതിനെ സൂക്ഷിച്ചു.

ആദ്യമൊക്കെ സ്കൂളിന്റെ അകത്തളങ്ങളായിരുന്നു അവൾ അന്തിയുറങ്ങാനായി തിരഞ്ഞെടുത്തത്. പലകകൾ ഇളകിയ ജനലുകൾ തുറന്ന്, അകത്ത് കടന്ന് അവൾ ബഞ്ചുകൾ കൂട്ടിയടുക്കി അന്നത്തെ സുരക്ഷിത താവളം ഒരുക്കും.

ആളുകൾ ശ്രദ്ധിക്കുന്നുവെന്നറിഞ്ഞ നിമിഷം അത് ആശുപത്രി വരാന്തയിലായി.

രോഗികൾക്ക് കൂട്ടിരിപ്പുകാരിയായും അവൾ ഇരുന്നിട്ടുണ്ട്. അവർ കൊടുത്ത തുച്ഛമായ പ്രതിഫലം അവൾക്ക് സ്വർണ നാണയത്തെക്കാൾ വലുതായിരുന്നു.

അവൾ എങ്ങനെയാണ് അക്ഷരം പഠിച്ചതെന്നറിയില്ല. ഇംഗ്ലീഷും ഹിന്ദിയും കന്നടയും അവൾക്ക് നല്ല വശമാണ്. മലയാളം തട്ടിക്കൂട്ടി വായിക്കുകയും ചെയ്യും.

ആളുകൾ വായിച്ച് ഒഴിവാക്കിയ പത്രങ്ങൾ അവൾ ശ്രദ്ധാപൂർവ്വം സൂക്ഷിച്ച് വായിക്കാറുണ്ട്.

സ്ത്രീ-സുരക്ഷാ കൗണ്ടറുകൾ അവൾക്ക് കൃത്യമായി അറിയാം. നമ്പറും ബൈഹാർട്ട് തന്നെ.

പിന്നെ 'ഇവൾ എങ്ങനെ ഇങ്ങിനെയായി.' ജനം സംശയിച്ചു.

വല്ല നക്സലൈറ്റോ അതോ അധോലോക നായികയോ എന്താണിവൾ - അവർ പരസ്പരം ആശയം പങ്കുവെച്ചു.

പക്ഷേ, ഒരിക്കൽ പോലും അവൾ കളവ് പ്രതിയായിട്ടില്ല. പോക്കറ്റടിച്ചിട്ടില്ല. കുട്ടികളെ തട്ടിക്കൊണ്ടു പോയിട്ടില്ല.

പിന്നെ എന്താണ് ഇവളുടെ ഉദ്ദേശ്യം. അതുമാത്രം ആർക്കും അറിയില്ലായിരുന്നു.. സഞ്ചിയും ഇപ്പോൾ കുറച്ച് വലുതായിട്ടുണ്ട്.

ഒറ്റയ്ക്ക് അകപ്പെട്ട് പോകുന്ന സ്ത്രീകളെയോ കുട്ടികളെയോ കണ്ടാൽ അവളുടെ കണ്ണ് അവർക്ക് നേരെയുണ്ടാകും. എന്നുറപ്പ്.

അറയ്ക്കുന്ന വേഷമാണെങ്കിലും, അപരിചിതർക്കിടയിൽ ഒറ്റപ്പെട്ടുപോയ പെണ്ണൊരുത്തിയ്ക്ക് ഇവൾ ഒരു കൂട്ടാണ്.

സുരക്ഷിതസ്ഥാനത്തേയ്ക്കുള്ള വണ്ടി എത്തിയാൽ അവർ പാരിതോഷികമായി നൂറും അഞ്ഞൂറും കൊടുക്കാറുണ്ടെന്നും പലരും പറഞ്ഞു കേട്ടിട്ടുണ്ട്.

സുന്ദരമായ വേഷം ധരിച്ച് ബേഗും തൂക്കി വഴിവക്കത്തു നിൽക്കുന്ന കൊച്ചുസുന്ദരിക്ക് നിൽക്കുന്നിടം ആപത്തിന്റെ സൂചനകൾ നൽകാറുണ്ട്.

പക്ഷേ, അത് ഇവൾക്ക് ഇതുവരെ ഉണ്ടായിട്ടില്ല. കൂർത്ത മഞ്ഞ പല്ലുകളും കൂർത്തിരുണ്ട നഖങ്ങളും ചെന്നായയുടെ നോട്ടവും അവൾക്ക് പാരമ്പര്യമായി പകർന്നുകിട്ടിയതുപോലെയാണ് നടപ്പ്.

രാത്രി, നേരംകെട്ട നേരത്ത് പട്ടുസാരി ഉടുത്തുനിൽക്കുന്ന സ്ത്രീയെ വിജനമായ സ്ഥലത്ത് കണ്ടാൽ ചില ആണുങ്ങൾക്ക് 'മറ്റേ ചിന്ത'യാണ്. അതും ഇവൾ എത്രയോ തവണ മനസ്സിലാക്കിയിട്ടുണ്ട്.

ആപത്തിൽ സഹായിച്ചതിന് ഏതോ ഒരു സോദരി കൊടുത്ത ഭംഗിയുള്ള വസ്ത്രം ഒരിക്കൽ ഒന്നു ധരിച്ചു പോയതാണ്. നാലുപാടും നിന്നുമുള്ള തുറിച്ചുനോട്ടങ്ങൾ ക്ഷമയുടെ നെല്ലിപ്പടി പൊളിച്ചു. ദേഷ്യം ഇരട്ടിയോടെ പുറത്തുചാടി. കായബലം കൊണ്ടും കയ്യിൽ സഞ്ചിയുള്ളതു കൊണ്ടും മാത്രമാണ് സഞ്ചിതൂക്കിയവൾ രക്ഷപ്പെട്ടതെന്ന വാർത്ത വൈറലായി മാധ്യമങ്ങളിൽ പരക്കാൻ സെക്കന്റുകൾ മാത്രം മതിയായിരുന്നു.

സമ്പന്നകുടുംബത്തിലെ പട്ടുമെത്തയിൽ ശയിക്കേണ്ട യോഗമുള്ള ഇവൾ സഞ്ചിയുമായി പുറത്തിറങ്ങിയതിന് ലക്ഷ്യങ്ങളില്ലാതില്ല.

ആരുടെ കൂടെ കൂടണം, ആരോടൊപ്പമാണ് ജീവിക്കേണ്ടത്, എവിടെയാണ് താവളം, ഇതൊക്കെ അറിയാതെ തന്നെയാണ് വീട്ടിൽ നിന്നും ഇറങ്ങിപുറപ്പെട്ടത്.

പക്ഷേ, മനസ്സിന്റെ ഉള്ളറയിൽ തുറന്നുവെച്ച ഒരു പേനാക്കത്തിയുണ്ടായിരുന്നു.

സ്വവർഗ്ഗത്തിന്റെ രക്ഷയ്ക്കായി മൂർച്ചപ്പെടുത്തിയ ആയുധം.

കൈനഖങ്ങളിൽ ക്യൂട്ടക്സ് പൂശാനല്ല. പല്ലുകൾ കമ്പിയിട്ട് സുന്ദര മാക്കാനുമല്ല അവൾ ശ്രമിച്ചത്. കൺമഷി മുഖത്ത് വാരിത്തേച്ച് സ്വത്വത്തെ മറച്ച് മറ്റെന്തിനോ വേണ്ടി പുറപ്പെട്ടതാണ്.

ലക്ഷ്യം അകലെയാണെന്നറിഞ്ഞിട്ടും യാത്ര തുടരുകതന്നെ ചെയ്തു. ആയുധങ്ങൾ തന്നിൽതന്നെയുണ്ടെന്നും അത് മൂർച്ച കൂട്ടാനുമാണ് ഓരോ പെണ്ണും പരിശ്രമിക്കേണ്ടതെന്ന യാഥാർത്ഥ്യം പെൺമനസ്സിൽ എത്തിക്കാനായിരുന്നു ആവേശം.

ബുദ്ധിയെ മൊബൈലിൽ കറക്കാനല്ല. അതിൽ പുത്തൻ സങ്കേത ങ്ങൾ കണ്ടെത്താനാണ് അവൾ ആഗ്രഹിച്ചത്.

കൂർത്ത നഖങ്ങൾ 'രാസലായനി' പുരട്ടി അവൾ ഉണക്കാനിട്ടു.

പല്ലിൽ കമ്പിയ്ക്ക് പകരം വിഷം നിറച്ച അടപ്പ് ഇട്ട് കമനീയമാക്കി. കൗമാരത്തിന്റെ അഴകായി വിടർന്നുവന്ന പൂമൊട്ടുകളെ തന്മയത്വത്തോടെ അവൾ അതിസമർത്ഥമായി വിഷമറയ്ക്കുള്ളിൽ ഒളിപ്പിച്ചുവെച്ചു.

പുരുഷ ഹോർമോൺ എന്നറിയുന്ന നിമിഷം പ്രതികരിച്ച് ഉണർന്ന് പ്രവർത്തിക്കാനായി താൻ സ്വയം കണ്ടെത്തിയ 'പിൻ ബോംബും' 'ബട്ടൻസ് ബോംബും' അരക്കെട്ടിൽ ഉറപ്പിച്ചു.

ഗർഭപാത്രത്തിനുള്ളിൽ നിക്ഷേപിച്ച ഉറയിൽ പുരുഷനെ ഷണ്ഡനാ ക്കാൻ തക്ക വീര്യമുള്ള കുഞ്ഞു സിറിഞ്ചും ഭദ്രമായി ഇരിപ്പുണ്ട്.

തന്റെ പരീക്ഷണങ്ങൾ വിജയിച്ചുവെന്നറിഞ്ഞ നിമിഷം അവൾ സ്ത്രീയായി, സുന്ദരിയായി പുറത്തിറങ്ങി നടക്കാൻ ഒരു ദിനം തീരുമാ നിച്ചു.

വാസനസോപ്പ് തേച്ച് കുളിച്ചു. കണ്ണിൽ കരിയെഴുതി. മുടി സുന്ദര മായ ആകാരത്തിൽ ഒതുക്കിവെച്ചു. ശരീരം തിളങ്ങുന്ന വസ്ത്രത്താൽ മൂടിയിട്ടു.

സന്ധ്യയാകുംവരെ അവൾ കാത്തിരുന്നു. രാത്രി ഏറെ കനക്കുക യായി. അവൾ ധൈര്യത്തോടെ തെരുവിലേക്കിറങ്ങി. ഇതുവരെ താൻ അനുഭവിക്കാത്ത ഒരു സ്വാതന്ത്ര്യം തനിക്ക് കിട്ടിയതുപോലെ അവൾക്ക് തോന്നി.

അവൾ ബസ്സ്റ്റോപ്പിൽ കാത്തുനിന്നു. അവളെ ശ്രദ്ധിച്ചുകൊണ്ട് ആദ്യം രണ്ടു കണ്ണുകളും പിന്നെ നാല്, ആറ്, എട്ട്, പത്ത് കണ്ണുകളും കാത്തുനിന്നു.

കാമാതുരമായ അത്യാർത്തിയാൽ ആ കണ്ണുകൾ ചുമക്കുകയും അവളെ ലക്ഷ്യം വെച്ച് നീങ്ങുകയും ചെയ്തു.

പെട്ടെന്ന് ഒരു കറുത്ത ചില്ലിട്ട കാർ പറന്നെത്തി. പാളികൾ തുറന്നു കൊണ്ട് രണ്ടുപേർ അതിൽനിന്ന് ചാടിയിറങ്ങി. ചുറ്റുമുള്ളവർ അവളെ തങ്ങളുടെ വരുതിയിലാക്കാൻ ശ്രമിച്ചുകൊണ്ടിരുന്നു.

'ചെന്നായയുടെ ക്രൗര്യവും ഈറ്റപ്പുലിയുടെ ശൗര്യവുമായി' അവൾ അവർക്ക് എതിരെ ചെറുത്തുനിന്നു.

ആ നഖങ്ങൾ നീണ്ടുനീണ്ടുവന്ന് പുരുഷമുഖത്ത് ആഴത്തിൽ മുറി വുണ്ടാക്കി.

'പ്രേതം... പ്രേതം...' അവരിൽ നാല് കണ്ണുകൾ തിരിച്ചോടി.

മറ്റു മൂന്നുപേർ ശക്തമായി അവളുടെ ശരീരത്തിലേക്ക് ചാഞ്ഞു. പുരുഷ ഹോർമോൺ എന്നറിഞ്ഞ നിമിഷം അവളുടെ ശരീരത്തിൽ നിന്ന് പ്രതിമരുന്നുകൾ പ്രവർത്തിക്കാൻ തുടങ്ങി.

'ആഹ്, ഊഹ്' ശബ്ദത്തോടെ അവർ തെറിച്ചുവീണു. പെട്ടെന്ന് ബോധം മറിഞ്ഞു.

അവളുടെ ഉടുപുടവകൾ ഊരിയെടുത്തവന്റെ കൈയ്യിൽ അവളുടെ ശരീരത്തിലെ രാസലായനി തെറിച്ച് പൊള്ളിയിരുന്നു. കണ്ണുകൾ നീറി പുകഞ്ഞിരുന്നു.

ഒരുവന്റെ വൃഷണം വീർത്ത് പൊട്ടാറായ നിലയിലായിരുന്നു.

ഒരു പോലീസ് ജീപ്പ് പാഞ്ഞെത്തി. അവളെയും കൊണ്ട് സുരക്ഷിത സെല്ലിലേക്ക് കുതിച്ചു.

'സർ, എനിക്ക് സെല്ലൊന്നും വേണ്ട. ഞാൻ ജീവിക്കാൻ പഠിച്ചു.' അവൾ ആത്മാഭിമാനത്തോടെ പറഞ്ഞു.

'എങ്ങിനെ!'

അധികാരത്തിന്റെ പോലീസ് വേഷമിട്ട ആ മൂന്നു വനിതകളും അത്യാ കാംക്ഷയോടെ ചോദിച്ചു.

– സുരക്ഷിതമായിത്തന്നെ...

'സുരക്ഷിതമായോ,' അതെങ്ങിനെ?

അവിശ്വസനീയതയുടെ മങ്ങിയ ഭാവം വിളറിയ മുഖങ്ങളിൽ പ്രതി ഫലിച്ചു.

ഇതാ, ഇതു നോക്കൂ. അവൾ സഞ്ചിയിലെ സാധനങ്ങൾ ഓരോന്നായി അവർക്ക് നേരെ കാണിച്ചു.

അനേകം ചോദ്യങ്ങൾക്കുള്ള ഉത്തരമായി അതങ്ങനെ അവരുടെ കണ്ണുകളിൽ തെളിഞ്ഞുനിന്നു.

'ഇനി എനിക്ക് ഇതിന്റെ 'പേറ്റന്റ്' കൂടി അനുവദിച്ചുകിട്ടണം. സാറെ എന്നെയൊന്ന് സഹായിക്കുമോ?' കൂട്ടത്തിൽ പ്രായംചെന്ന വനിതാ പോലീസ് ഓഫീസർക്ക് നേരെ അവൾ പ്രതീക്ഷയോടെ നോക്കി.

'പേറ്റന്റോ!' അതൊക്കെ അറിയുവാൻ നീ വളർന്നോ. തെരുവിലെ പെണ്ണിന് പേറ്റന്റ് വേണം പോലും. പേറ്റന്റ്! അഹന്തയ്ക്കും ഒരതിരില്ലേ?'

അമർത്തിച്ചവിട്ടിക്കൊണ്ട് ഓഫീസർ മുറിയിൽ ഉലാത്തിക്കൊണ്ടിരുന്നു.

മാധ്യമങ്ങളിൽ വാർത്ത വൈറലായി പടരുന്ന സമയം, നിജസ്ഥിതി അറിയുന്നതിനായി മുകളിൽ നിന്ന് ഓഫീസർക്ക് വിളി വന്നു.

ചൂളിപ്പോയ ഓഫീസർ, സ്വരത്തിൽ അല്പം മയം വരുത്തി അവളുടെ അടുത്ത് ചെന്ന് ചോദിച്ചു.

'മാഡം, എന്തുവരെ പഠിച്ചിട്ടുണ്ട്?'

നരവംശശാസ്ത്രത്തിൽ ഡോക്ടറേറ്റ് നേടുന്നതിന്റെ ഭാഗമായാണ് ഞാനിവിടെ എത്തിയത്.

താൻ ശ്രദ്ധാപൂർവ്വം സൂക്ഷിച്ചുവെച്ച അധികാരപത്രം അവൾ അവർക്ക് നേരെ നീട്ടി.

താൻ അലിഞ്ഞലിഞ്ഞ് ഒന്നുമില്ലാതെയായിപ്പോയതിന്റെ വേദനയിൽ പോലീസ് ഉദ്യോഗസ്ഥ തളർന്നുനിന്നു. മുഖത്ത് മുത്തുമണികൾ പോലെ വിയർപ്പുകണങ്ങൾ...

തത്സമയം പോലീസ് സ്റ്റേഷനിലെത്തിയ നിരവധി ചാനലുകൾ 'വാട്സ് ആപ്പി'നൊപ്പം മത്സരിച്ച്, 'അവളുടെ ശബ്ദത്തെ' വൈറലാക്കി മാറ്റാൻ തന്റേതായ ഇടത്തെ ഊട്ടിയുറപ്പിക്കാൻ പരിശ്രമിക്കുകയായിരുന്നു.

സ്വത്വം നഷ്ടപ്പെട്ടുപോകുമോ എന്നതിന്റെ ഭയം ഓരോ ചാനലുകാരന്റെയും മുഖത്ത് പരിഭ്രമത്തോടെ നിഴലിച്ചു കാണാമായിരുന്നു.

❁

തൂലിക

അക്ഷരങ്ങൾ അറിവിന്റെ ബിന്ദുക്കൾ. ആനന്ദത്തിന്റെ മൊഴിമുത്തുകൾ.

അക്ഷരങ്ങളിൽ നിന്ന് പദങ്ങളും പദങ്ങളിൽ നിന്ന് ആശയങ്ങളും ജനിക്കുമ്പോൾ വിസ്മയത്തിന്റെ വാതിൽ താനേ തുറക്കുന്നതായി നമുക്ക് അനുഭവപ്പെടുന്നു.

ഇതൊരു വായനക്കാരൻ കോറിയിട്ട മഹത്തായ ആശയത്തിന്റെ ഒരു സ്ഫുലിംഗം മാത്രം.

എഴുത്തുകാരനും വായനക്കാരനും തന്മയീഭവിക്കുമ്പോൾ സാഹിത്യം അതിന്റെ നെറുകയിൽ രാജകീയ തൂവൽ വെയ്ക്കുന്നു. അതിന് അതിന്റേതായ ഒരു പ്രൗഢിയുണ്ട്. ഗാംഭീര്യമുണ്ട്.

ഉജ്ജ്വലശബ്ദാഢ്യനായ കവിയുടെ പ്രൗഢഗംഭീരമായ വാക്കുകൾക്ക് ഒരു സമൂഹത്തെ മാറ്റിമറിയ്ക്കാനുള്ള ഇച്ഛാശക്തിയുണ്ട്.

ആ ഇച്ഛാശക്തി, കരുത്ത് അതാണ് ഒരു എഴുത്തുകാരൻ തന്റെ തൂലികയ്ക്കുള്ളിൽ നിറയ്ക്കുന്നത്.

ജീവരക്തം ചാലിച്ചെഴുതുന്ന വാക്കുകൾക്ക് അവരുടെ ഹൃദയം പറിച്ചെടുക്കുന്ന വേദനയുണ്ടാകാം. വേദനയിൽ നിന്ന് പിറവിയെടുക്കുന്നതെന്തും ലോകോത്തര സൃഷ്ടിയായി പരിണമിച്ചിട്ടുമുണ്ട്. പക്ഷേ, ഇതിനും വിലങ്ങുതടി ഇടുന്നവരുണ്ടാകാം.

'ഇന്നത് മാത്രമേ എഴുതാവൂ', 'ഇന്നത് എഴുതരുത്' - എന്ന് ശാഠ്യം പിടിക്കുന്നവർ.

ഓജസ്സുള്ള വ്യക്തിത്വത്തെ തളയ്ക്കുകയാണ് ഇവരുടെ ലക്ഷ്യം. അങ്ങനെവരുമ്പോൾ ആത്മാവിഷ്കാരസ്വാതന്ത്ര്യം ഹനിക്കപ്പെടുന്നു. അതുതന്നെയാണ് ഇവിടെയും സംഭവിച്ചത്. മനസ്സിൽ ഊറിവരുന്ന ആശയങ്ങൾ എഴുതാൻ കഴിയുന്നില്ലെന്നു വരുമ്പോഴുള്ള ടെൻഷൻ.

തൂലികയിൽ തിളച്ചുമറിയാൻ വെമ്പുന്ന കനപ്പെട്ട ആശയങ്ങൾ. ഏത് നിമിഷവും അത് തൂകിപ്പോകാം. തൂലികത്തുമ്പിൽ 'തട'യിടുന്ന കൈകൾക്ക് മാർദ്ദവമല്ല; ആത്മരോഷത്തിന്റെ ചൂടും ചൂരുമാണ് ഉള്ളത്.

'കരുതിയിരിക്കുക. ഏത് നിമിഷവും ആക്രമിക്കപ്പെടാം.'

വക്രമായ മുഖഭാവത്തോടെ കർക്കശമായ ഭാഷയിൽ അവർ ആക്രോശിക്കുന്നു.

'വയ്ക്കൂ തൂലിക. നിർത്തൂ എഴുത്ത്.'

നിസ്സഹായത എഴുത്തുകാരന്റെ മുഖത്തും നിഴലിച്ചു.

ആകപ്പാടെ കാർമൂടിക്കെട്ടിയ മാനസികാവസ്ഥ. ബ്ലഡ് പ്രഷർ കൂടി തലയ്ക്കാകെ ഭാരം കൂടിയതുപോലെ അനുഭവപ്പെട്ടു.

'പ്രതികരിക്കുക, പ്രതികരിക്കുക ശക്തമായി പ്രതികരിക്കുക' - എഴുത്തുകാരന്റെ ഓരോ മനസ്സും തുടികൊട്ടുകയാണ്.

'എന്തും സംഭവിക്കട്ടെ. പൊരുതുക തന്നെ.'

അവർ ഓരോരുത്തരായി ശത്രുവിന്റെ മുന്നിലേക്ക് നീങ്ങാൻ തീരുമാനിച്ചു.

ആദ്യം ആര്? എന്നതിലല്ല; ബുദ്ധിപരമായി എങ്ങനെ നേരിടാം എന്നാണ് പഠിക്കേണ്ടത്.

'എങ്കിൽ ഞാൻ തന്നെ പുറപ്പെടാം. നിങ്ങൾ ഓരോരുത്തരും ഉഷാറായിക്കൊള്ളിൻ.' ഇറങ്ങി പുറപ്പെടും മുമ്പ് അയാൾ മറ്റുള്ളവരെ ഓർമ്മിപ്പിച്ചു.

ഒന്നാമൻ ശത്രുപാളയത്തിന്റെ കവാടത്തിൽ ചങ്കൂറ്റത്തോടെ, തലയെടുപ്പോടെ നിന്നു.

'ഹ... ഹ.... ഹ... വന്നോ. ഞങ്ങൾക്കറിയാം ഞങ്ങളുടെ വലയത്തിൽ തന്നെ നിങ്ങൾ കുടുങ്ങുമെന്ന്.'

'എന്താ എഴുത്ത് നിർത്താൻ ഭാവമുണ്ടോ?'

'ഇല്ല. വീണ്ടും എഴുതാൻ തന്നെയാണ് തീരുമാനം.'

'ശരി, എങ്കിൽ ചിന്തിക്കാൻ ഇനി നിന്റെ തല ഉണ്ടാകില്ല.'

ഒരു നിമിഷം. ഒരു നിമിഷം മാത്രം. വെട്ട് ഒന്ന്, തുണ്ടം രണ്ട് എന്ന രീതിയിൽ തല നിലത്ത് കിടന്ന് ഉരുണ്ടു.

അപ്പോഴും ആ വായ ആവിഷ്കാരസ്വാതന്ത്ര്യത്തിനുവേണ്ടി നിലവിളിച്ചുകൊണ്ടിരുന്നു.

ശത്രുപാളയത്തിൽ നിന്ന് എഴുത്തുകാർക്ക് വീണ്ടും നിർദ്ദേശം കിട്ടി.

'എഴുത്ത് നിർത്തുക. അല്ലെങ്കിൽ തല തെറിക്കും.'

എഴുത്തുകാർ മറുപടി നൽകി. 'നിർത്താൻ ഉദ്ദേശ്യമില്ല. തുടരാനാണ് താല്പര്യം.'

'എങ്കിൽ പോരാട്ടം തുടരാം.' തലവൻ ശത്രുപാളയത്തിൽ നിന്ന് അറിയിച്ചു.

ശരി, അങ്ങനെയാകട്ടെ. എഴുത്തുകാർ ഒറ്റക്കെട്ടായി നിന്നു.

എഴുത്തുകാർ പരസ്പരം നോക്കി. അടുത്ത ഊഴം ആരുടേതാണ്?

'കാട്ടിലെ രാജാവിന്റെ ഗുഹാകവാടത്തിന് മുന്നിൽ ഇരയായി ഓരോ ദിവസവും ഓരോ മൃഗങ്ങൾ വന്ന് നില്ക്കണം' എന്ന് പണ്ടേതോ കഥയിൽ സിംഹരാജൻ കല്പിച്ചത് അവരുടെ ഓർമ്മയിൽ തങ്ങിനിന്നു.

കൂട്ടത്തിൽ തല നരച്ച ആൾ പറഞ്ഞു: 'എന്നാൽ ഞാൻ തന്നെ പോകാം. അല്ലേ.'

ചെറുപ്പക്കാരൻ ഇടയ്ക്ക് കയറി പറഞ്ഞു. 'താങ്കൾ പോകേണ്ട. ഞാൻ പോകാം. എനിക്കാണെങ്കിൽ ചങ്കൂറ്റവും രക്തചംക്രമണവും കൂടുതലാണ്. പോരെങ്കിൽ സാഹസികനുമാണ്.'

'ഹേയ്, അത് ശരിയാകില്ല.' മധ്യവയസ്കൻ ഇറങ്ങി തയ്യാറായി നിന്നു.

'ഞങ്ങളുടെ കൂട്ടക്കാർ സമൂഹത്തിൽ കുറെ മാറ്റം വരുത്തിയതല്ലേ. ഇനി പോയാലും...' 'ഹേയ്, സാരമില്ല. പിൻതലമുറയുണ്ടല്ലോ.'

അപ്പോഴാണ് ടി.വി.യിൽ വാർത്ത പ്രത്യക്ഷപ്പെട്ടത്. ബ്ലോഗെഴുത്തുകാരൻ കൊല്ലപ്പെട്ടു.

ചുറുചുറുക്കുള്ള ചുണക്കുട്ടന്റെ ഉശിരോടെയുള്ള എഴുത്ത് അവരുടെ ഓർമ്മയിൽ തങ്ങിനിന്നു.

സദസ്സിൽ പരിപൂർണ നിശ്ശബ്ദത. അല്പം കഴിഞ്ഞ് ഒരു കൗമാരക്കാരൻ തിളക്കമാർന്ന നേത്രത്തോടെ, ഗംഭീര നാദത്തോടെ, ചാടിപ്പിടഞ്ഞ് എഴുന്നേറ്റു.

'എനിക്കാരെയും പേടിയില്ല. നമുക്ക് ആവിഷ്കാരസ്വാതന്ത്ര്യത്തെക്കുറിച്ച് സംസാരിക്കാം.'

'എന്ത്, അങ്ങനെയൊന്നുണ്ടോ?' എല്ലാ തൊണ്ടയിൽ നിന്നും പൊങ്ങിയ ഒരേ ശബ്ദം, ചുറ്റുപാടുകളെ പ്രകമ്പനം കൊള്ളിച്ചു.

'നിങ്ങൾ പറഞ്ഞ ആ പദമുണ്ടല്ലോ. അതിന് ഏറെ അർത്ഥതലങ്ങളുണ്ട്. ഒരു വർഷം മുഴുവൻ ചർച്ച ചെയ്താലും തീരാത്തത്ര...'

അയാൾ ഇടയ്ക്ക് വെച്ച് നിർത്തി. 'ഞങ്ങൾ അതിനെ തിരയാൻ തുടങ്ങിയിട്ട് കുറച്ചു ദിവസങ്ങളായി. ദൂരെ കാണാം. അടുത്തെത്തുമ്പോഴേക്കും അതങ്ങ് അപ്രത്യക്ഷമാകും. ഈയിടെയായിപ്പോൾ ഇങ്ങനെയാണ്.'

'അല്ല. കൈമോശം വന്ന വസ്തു തിരിച്ച് കിട്ടിയ ചരിത്രവും നമുക്ക് കേട്ടുകേൾവിയുണ്ടല്ലോ.'

'കിട്ടുമായിരിക്കും. ഒന്നുകൂടി ശ്രമിച്ചുനോക്കാം.'

പെട്ടെന്നാണ് അയാളുടെ കൈയ്യിൽ ഒരു പത്രക്കടലാസ് തടഞ്ഞത്. അയാൾ അത് നിവർത്തി നോക്കി.

'ചൂട് വാർത്ത. ചൂടുചോരയിൽ കിടന്ന് പിടയുന്ന തൂലിക.'

'ഹയ്യോ, ബോഡി രണ്ടുണ്ടല്ലോ.' അയാൾ നിലവിട്ട് കരഞ്ഞുപോയി.

തുടർച്ചയായി മൂന്നാം ദിവസവും ദുരനുഭവം തന്നെ.

'ഒന്നിനും രണ്ടിനും പിന്നാലെ ചാടിപ്പുറപ്പെട്ടവനല്ലേ ഇവൻ. മൂന്നാമൻ.'

'ഏത് മൂന്നാമൻ.' അപരൻ ചോദിച്ചു.

'ഓ, അതൊന്നും എനിക്ക് അറിയില്ല.'

'വാർത്ത ശ്രദ്ധിച്ച് കേൾക്ക്.'

'ബ്ലോഗ് എന്നോ മറ്റോ...'

അയാൾ അല്പസമയം ആ ചോരയെയും തൂലികയെയും മാറിമാറി നോക്കി.

സാവധാനം അതിലെ നിബ്ബ് വിടർന്ന് മഷി ഊർന്നുപോകുന്നത് കാണാൻ തുടങ്ങി.

അത് ചുറ്റും പരക്കാതെ, ഭയത്തോടെ വീണ സ്ഥലത്ത് തന്നെ അടങ്ങിയൊതുങ്ങി നിന്നു.

പകരം തൂലികയിൽ മഷിയ്ക്ക് പകരം ചോര വന്ന് നിറഞ്ഞു.

ആത്മരോദനത്തിന്റെ, രോഷത്തിന്റെ തിളയ്ക്കുന്ന രക്തം പതപതയായി പതഞ്ഞുപൊങ്ങുന്നു.

ഇതെന്ത് മാജിക്കോ, യാഥാർത്ഥ്യമോ? അയാൾ തന്റെ കണ്ണ് ഒന്ന് തുടച്ച് സൂക്ഷിച്ചു നോക്കി.

സ്വപ്നമല്ല... മായയല്ല.... പിന്നെ യാഥാർത്ഥ്യത്തിന്റെ കനലിൽ തിളച്ച ചുവന്ന മഷി.

സാവധാനം ആ തൂലിക ഉയരാൻ ശ്രമിക്കുകയാണ്. വേച്ച് വേച്ച് അത് നടക്കാൻ തുടങ്ങി. പോകുംവഴിക്ക് നാലാമന്റെ തലയറ്റ ജഡം.

അതും പിന്നിട്ട്, അല്പമകലെ എഴുതപ്പെടാത്ത വെള്ളക്കടലാസ് നാലഞ്ചെണ്ണം പരന്നു കിടക്കുന്ന സ്ഥലത്തെത്തി.

അതിനടുത്തേക്ക് തൂലിക നീങ്ങുകയാണ്.

നീങ്ങിനീങ്ങി അത് കടലാസിനടുത്തെത്തി. അല്പം ചരിഞ്ഞുനിന്ന് എഴുതാൻ തുടങ്ങി.

'എനിക്കും വേണം സംരക്ഷണം.'

പോലീസ് തലകുനിച്ചു. നീതിപീഠങ്ങൾ സ്തംഭിച്ചുനിന്നു.

അപ്പോൾ ശത്രുപാളയത്തിലെ തലവൻ അരിശം മൂത്ത് തൂലികയ്ക്കരികിലെത്തി.

'നീയാണ് ഇന്നത്തെ എന്റെ ഇര. നാലാമന്റെ കാര്യം ഓർക്കുന്നത് നന്ന്.'

'അഞ്ചാമനാണല്ലേ.... അഞ്ചാമൻ.'

നേതാവ് ഒരു കൊലച്ചിരിയോടെ തൂലിക കയ്യിലെടുത്തു.

അതിനെ തിരിച്ചും മറിച്ചും നോക്കി.

രൗദ്രമായ ഭാവത്തോടെ അത് പൊട്ടിച്ച് തീയിലെറിയുന്നു. പക്ഷേ, അത് കടുത്ത തീജ്ജ്വാലയിൽ തെളിഞ്ഞുനിന്നു.

അത് വണ്ണം വയ്ക്കാൻ തുടങ്ങി. ഭീമാകാരമായ ഒരു തൂലിക.

അഞ്ച് തൂലികത്തുമ്പിലെ സാരാംശം, അഞ്ച് കോടി തൂലികയിലേയ്ക്ക് പ്രവഹിച്ചതിന്റെ ആത്മധൈര്യം അതിൽ ശക്തിസ്രോതസ്സായി ജ്വലിച്ചുനിന്നു.

അതിന്റെ നിബ്ബിന് മൂർച്ച കൂടിക്കൂടി വന്നു.

അത് ശത്രുനേതാവിന്റെ ശിരസ്സ് നോക്കി ഒരൊറ്റ കുത്ത്.

തലയിൽ ഒരു മുറിവുപോലുമേല്ക്കാതെ, അത് അയാളുടെ മനോമണ്ഡലത്തിലേക്ക് ആഴ്ന്നിറങ്ങി.

അബോധമനസ്സിൽ നിന്നും ബോധമണ്ഡലത്തെ എടുത്ത് തുടച്ച് വൃത്തിയാക്കി അയാൾക്ക് തന്നെ തിരിച്ചു നൽകി.

തൂലിക അയാളുടെ കണ്ണിലേക്ക് തന്നെ സൂക്ഷിച്ചുനോക്കി. എന്നിട്ട് ആർദ്രമനസ്സോടെ ചോദിച്ചു.

'മനുഷ്യമനസ്സിൽ നന്മയുടെ വിത്ത് പാകാനാണ് തൂലികയിലെ മഷിയ്ക്കിഷ്ടം. നീയെന്റെ നേതാവാകണം.'

'നേതാവോ, ഞാനോ?' അയാൾ അവിശ്വാസത്തോടെ തൂലികയെ നോക്കി.

'അതെ, നേതാവ് തന്നെ. ശുദ്ധീകരിക്കപ്പെട്ട മനസ്സുള്ള നേതാവ്.' തൂലിക ആണയിട്ട് പറഞ്ഞു.

അയാൾ അർദ്ധോക്തിയിൽ തലകുലുക്കി.

പരുക്കൻ മനസ്സിൽ അനേകവർഷങ്ങളായി ഉറങ്ങിക്കിടന്ന നന്മയുടെ കണങ്ങൾ പിടഞ്ഞെഴുന്നേറ്റു.

ശൈശവപ്രായത്തിൽ മാത്രം കണ്ട മാതാപിതാക്കളുടെ മുഖം ഒരു നിമിഷം മനസ്സിൽ മിന്നിത്തെളിഞ്ഞു.

സ്നേഹത്തിന്റെ മുഖങ്ങൾ. ആർദ്രതയുടെ മുഖങ്ങൾ.

കനിവിന്റെ കണ്ണീർച്ചാലുകൾ ആ നേത്രത്തിൽനിന്ന് കവിളിലൂടെ ഒലിച്ചിറങ്ങി. ചുണ്ടിൽ വീണ് ചിതറി.

കാർക്കശ്യസ്വരത്തിലും കടുത്ത ഭാഷയിലും മാത്രം സംസാരിച്ചിരുന്ന ചുണ്ടുകൾ, മയത്തോടെ വാക്കുകൾ ഉരുവിട്ടു.

'എനിക്ക് ഒരു തൂലികയാകണം. ജീവരക്തം തന്നെ എനിക്കതിൽ മഷിയായി നിറയ്ക്കണം. എത്രയെഴുതിയാലും മഷി തീരാത്ത തൂലികയായത് മാറണം.'

ജീവിത യാതനയുടെ നെരിപ്പോടുകൾ അക്ഷരങ്ങളിലൂടെ ഊർന്നു വീഴുന്ന തൂലിക.

സമൂഹത്തിലെ അശരണർക്ക് ആശ്രയമായിത്തീരുന്ന തൂലിക.

മാന്ത്രികത്തൂവലുള്ള തൂലിക!

❁

കലികാലവൈഭവം

തിരക്കിട്ട നഗരത്തിലൂടെ നടക്കുമ്പോൾ അയാളുടെ കാലുകൾക്ക് വേഗത പോരെന്ന് തോന്നി. അപ്പോഴാണ് അയാൾ ഓർത്തത്, തനിക്ക് എങ്ങോട്ടാണ് പോകേണ്ടത്? തെക്കോട്ടോ, വടക്കോട്ടോ?

നഗരത്തിലെന്ത് തെക്കും വടക്കും. ഹൈവേ റോഡുണ്ട് - എങ്ങോട്ടോ നീണ്ടുകിടക്കുന്നു.

അയാൾ ചുറ്റുമൊന്ന് കണ്ണോടിച്ചു. പരസ്പരം അറിയാത്തവർ, പല വേഷക്കാർ, പല ഭാഷക്കാർ, അങ്ങോട്ടുമിങ്ങോട്ടും തിരക്കിട്ട് പായുന്നു.

പെട്ടെന്നാണ് ഒരു വണ്ടി സഡൻ ബ്രേക്കിട്ട് നിർത്തിയത്. തന്റെ കാലിന്റെ ഉപ്പൂറ്റിയ്ക്ക് തട്ടാഞ്ഞത് ഭാഗ്യം.

അങ്ങോട്ടെന്തെങ്കിലും പറയും മുമ്പെ വണ്ടിക്കാർ ഇങ്ങോട്ട് തട്ടിക്കയറി.

വണ്ടി അല്ലെങ്കിൽ തന്നെ ലേറ്റാ. അപ്പോഴാണ് ഓരോ ഭൂതങ്ങള് വഴിക്ക് വന്നങ്ങ് വിലങ്ങിടുന്നത്.

ഭൂതങ്ങളോ? അവന്റെ തന്തയ്ക്ക് വിളിക്കാനാണ് തോന്നിയത്.

'തലയ്ക്ക് ലവലില്ലാത്ത ഇവറ്റകളോടൊക്കെ പറഞ്ഞിട്ടെന്ത് കാര്യം' എന്ന് വിവേകബുദ്ധി തോന്നിയതിനാൽ ആരോടും ഒന്നും ഉരിയാടിയില്ല.

ഇപ്പോൾ ഇരുപത്തിയഞ്ച് മിനിറ്റായിക്കാണും, ഈ റോഡൊന്ന് ക്രോസ് ചെയ്യാൻ കാത്തുനിന്നിട്ട്. ഒരു വണ്ടിയെങ്കിലും നിർത്തണ്ടേ. തുരുതുരാ ഓടിക്കൊണ്ടിരിക്കയാണ്.

സിഗ്നൽ ലൈറ്റ് ചുവപ്പും പച്ചയും തെളിയാൻ തുടങ്ങിയത് ഇരുപത് പ്രാവശ്യമാണ്.

ഇനി കാത്ത് നില്ക്കാൻ വയ്യ. അടുത്ത സിഗ്നൽ ലൈറ്റ് തെളിഞ്ഞാൽ ഒറ്റക്കുതിപ്പിന് മറുപുറമെത്തണം - അയാളുടെ തീരുമാനം കനത്തതായിരുന്നു.

കയ്യിലെ തുകൽ സഞ്ചിയിൽ അന്നത്തെ അരിയും സാധനങ്ങളും വാങ്ങാനുള്ള പണം മുറുക്കിപ്പിടിച്ചിട്ടുമുണ്ട്.

സിഗ്നൽ ലൈറ്റ് തെളിഞ്ഞതും അയാളുടെ കുതിപ്പും സെക്കന്റുകൾക്കുള്ളിൽ സംഭവിച്ചു.

റോഡിന്റെ നടുക്കെത്തിയപ്പോൾ ഹവായ് ചെരുപ്പിന്റെ വള്ളിയും പൊട്ടി.

സാരമില്ല, അതൊന്നും നോക്കാതെ നീട്ടിവലിച്ചങ്ങ് നടന്നു.

പെട്ടെന്ന് സിഗ്നൽ തെളിഞ്ഞു. അതിവേഗത്തിൽ വാഹനങ്ങൾ പല ദിശകളിലേയ്ക്കും ചീറിത്തെറിച്ച് ഓടാൻ തുടങ്ങി.

റോഡിന്റെ മറുസൈഡിൽ എത്താൻ കഴിഞ്ഞത് ഭാഗ്യം. വരാനിരിക്കുന്ന ദുരന്തത്തെക്കുറിച്ച് മനസാ സങ്കല്പിച്ചിട്ട് പോലും ഉണ്ടായിരുന്നില്ല.

എന്നാൽ, ഫുട്പാത്തിലേക്ക് കാലെടുത്തുവച്ചതും 'ഡിം' എന്നൊരു ശബ്ദം കേട്ടതും ഒന്നിച്ചായിരുന്നു.

ഒരു കാൽ ഓടയിൽ കുരുങ്ങിക്കിടപ്പാണ്. കാൽ വലിച്ചുപൊക്കാൻ നോക്കിയെങ്കിലും പൊങ്ങുന്നില്ല.

കാൽപാദത്തിനടിയിലൂടെ കൊഴുപ്പുള്ള എന്തോ അഴുക്കുവെള്ളം ഒഴുകുന്നുണ്ടെന്ന് തോന്നുന്നു.

ഇടയ്ക്കിടയ്ക്ക് കാലിന് മുത്തം വയ്ക്കാൻ ഓടയിലെ ജീവജാലങ്ങൾ ഒളിച്ച് ഒളിച്ച് എത്തുന്നുണ്ടെന്ന് സ്പർശനശക്തിയാലറിയാം. നല്ല തണുപ്പുമുണ്ട് വെള്ളത്തിന്.

പലരെയും വിളിച്ചുനോക്കി. ആരും തിരിഞ്ഞു നോക്കുന്നുപോലുമില്ല. പലരും തന്നെ നോക്കി ശാപവാക്കുകൾ ഉരുവിടുന്നത് മാത്രം കേൾക്കാം.

'വഴിയ്ക്ക് ഇങ്ങനെ കുന്തം നാട്ടിയപോലെ നിന്നാൽ ബാക്കിയുള്ളോർക്കൊന്നും പോകണ്ടേ.'

'ബസ് പോയോ എന്തോ' - ഏതോ ഒരു കുടുംബം മൂന്ന് നാല് ബാഗുമായി ബസ് ലക്ഷ്യമാക്കി കുതിച്ചുപായുകയാണ്.

ഇവരൊക്കെ എങ്ങോട്ടാണിത്ര ധൃതിയിൽ പായുന്നത്. ഒരുത്തൻ ഇവിടെ കാൽകുടുങ്ങിക്കിടക്കുകയാണെന്ന് ബോധം പോലുമില്ലാതെ. 'സഹായം' എന്ന പദത്തിന്റെ അർത്ഥം പോലുമറിയാത്തവർ.

ഓരോരുത്തരും തന്റെ കാര്യം മാത്രം നോക്കിപ്പോകുന്നു. ദയയും കരുണയുമൊക്കെ എങ്ങോ പോയി ഒളിച്ചിരിക്കയാണ്. പാവം. നഗരത്തിലവർക്ക് സ്ഥാനമില്ലല്ലോ. അയാൾ ആത്മഗതം ചെയ്തു.

ശരി. ഇവിടെ ഇരുന്നു കളയാം. എന്നിട്ട് പോലീസ് സ്റ്റേഷനിലേക്ക് വിളിക്കട്ടെ. അവർ വന്ന് എന്തെങ്കിലും പരിഹാരം ഉണ്ടാക്കാതിരിക്കില്ല, എന്നാശ്വസിച്ചു.

മൊബൈൽ സ്വിച്ച് ഓൺ ചെയ്തതും 'നിങ്ങളുടെ ബാലൻസ് തീർന്നിരിക്കുന്നു. ചാർജു ചെയ്യാൻ ഈ നമ്പർ അമർത്തുക' - എന്ന സന്ദേശം കാതുകളെ അലോസരമാക്കിയപ്പോൾ അതവിടെ സഞ്ചിയിൽ തന്നെയിട്ടു.

കാലാകെ വിങ്ങുന്നുവല്ലോ. ഇങ്ങനെയാണെങ്കിൽ കാലുകൾ ജീവികളൊക്കെ തിന്നു തീർക്കുമല്ലോ. അയാളാകെ വിഷണ്ണനായി.

അപ്പോഴാണ് ഏതോ ഒരുത്തന്റെ വക കമന്റ്.

'ഓരോരുത്തരിങ്ങനെ ഇരുന്നോളും വഴിവക്കിൽ. കഞ്ചാവും കള്ളുമല്ലേ മോന്തുന്നത്.'

'എടോ എന്റെ കാൽ ഇവിടെ കുടുങ്ങിപ്പോയതാ. എന്നെ ഒന്നു വലിച്ചു പൊക്കുമോ' - എന്ന് ചോദിച്ചപ്പോഴേയ്ക്കും അയാളങ്ങ് ദൂരെ ഒരു പൊട്ടു പോലെ മറഞ്ഞ് ഏതോ ബസ്സിൽ ചാടിക്കയറുന്നതാണ് കണ്ടത്.

ദാഹിച്ചിട്ട് വയ്യ. ഒരിത്തിരി ചായ കുടിക്കാമെന്ന് വിചാരിച്ചാൽ. ആരെങ്കിലും ഈ വഴിക്കൊന്നു വരണ്ടേ.

ആശ്വാസമെന്നോണം റോഡിന്റെ അങ്ങേയറ്റത്തുനിന്ന് ഒരു ചായക്കാരൻ ബെല്ലടിച്ചുകൊണ്ട് ഇങ്ങോട്ടു വരുന്നുണ്ട്.

'ഒരു ചൂടുചായയെങ്കിലും കുടിക്കാം. അയാളോട് കാൽ വലിച്ചുകയറ്റിത്തരാനും പറയാം. മനുഷ്യത്വമുള്ള ഒരാളെങ്കിലും ഈ നഗരത്തിലും കാണാതിരിക്കില്ല. നിശ്ചയം.'

പ്രതീക്ഷയോടെ അയാളെത്തന്നെ നോക്കിനിന്നു.

ഏകദേശം അടുത്തെത്താറായപ്പോൾ വിളിച്ചുകൂവി.

'ഏയ് ചേട്ടാ, ഒരു ചായ എനിക്ക്. ഇങ്ങോട്ട് കൊണ്ടുവന്നു തരുമോ? കാലൊക്കെ വിറങ്ങലിച്ച് ഇരിക്കയാ. അതോണ്ടാ അങ്ങോട്ടേക്ക് വരാതിരിക്കുന്നത്.'

അപ്പോഴേയ്ക്കും അയാളുടെയടുത്തേയ്ക്ക് മൂന്നാലുപേർ ചായക്കായി എത്തി.

ചായക്കാരൻ തിരിഞ്ഞു, വന്നവഴിയ്ക്ക് തന്നെ പോകുന്നത് കണ്ട് വീണ്ടും വിളിച്ചു.

'ചേട്ടാ ഒരു ചായ എനിക്കും വേണമല്ലോ.'

'ചായ കഴിഞ്ഞൂട്ടോ. ഇനി ചായ മറ്റൊരു റോഡിലേക്കാ.'

'ചേട്ടാ, ഒന്ന് ഇങ്ങ് അടുത്തുവരൂ. ഞാനിപ്പോൾ ഇവിടെത്തന്നെ ദാഹിച്ച് ചാകുമേ. എന്റെ കാൽ വയ്യാഞ്ഞിട്ടാ.'

ദൂരെ നിന്ന് വിളിച്ചു കൂവുന്ന മറുപടി. 'കാലുവയ്യെങ്കിലേ ആശുപത്രീലോട്ട് പോണം. മുക്കിന് മുക്കിന് ആശുപത്രി ഉണ്ടല്ലോ. അല്ലാതെ നടപ്പാതയിൽ ഇങ്ങനെ ഭിക്ഷ തെണ്ടാനിരിക്കയല്ല വേണ്ടത്.'

ങ്ഹേ, ഞാൻ ഞൊടിയിടയ്ക്കുള്ളിൽ ഭിക്ഷക്കാരനുമായോ. ഇതെന്തൊരു കഷ്ടം. കലികാലവൈഭവം എന്നൊക്കെ പണ്ട് മുത്തശ്ശി പറഞ്ഞ് കേട്ടിരുന്നു.

തത്സമയത്താണ് ദൂരെ നിന്ന് രണ്ടു പേർ തന്നെത്തന്നെ വീക്ഷിക്കുന്നത് കണ്ടത്.

അവരെങ്കിലും രക്ഷിക്കുമായിരിക്കും. മനസ്സിൽ ആശ്വാസത്തിന്റെ ചന്ദ്രൻ ഉദിച്ചു.

അവരെ കൈമാടി വിളിച്ചു. ഉറക്കെ വിളിച്ചു കൂവാൻ ശക്തിയില്ലാഞ്ഞിട്ടാണ് അങ്ങനെ ചെയ്തത്. അവർ രണ്ടുപേരും പരസ്പരം എന്തോ സംസാരിച്ച് തന്റെ അടുത്തേയ്ക്ക് ദ്രുതഗതിയിൽ നടന്നെത്തി.

'ചേട്ടാ ഒരു ബീഡി തരുമോ, അല്ലെങ്കിൽ ഒരു സിഗരറ്റ്. അതുമില്ലെങ്കിൽ കഞ്ചാവിന്റെ ഒരു തരിയെങ്കിലും...'

'കഞ്ചാവോ, ഞാൻ അത്തരക്കാരനല്ല. എന്റെ കാലൊന്ന് നോക്കിയേ...'

'നിന്റെ കാലും കൈയ്യുമൊന്നും നോക്കാൻ ഞങ്ങൾക്ക് സമയമില്ല. 'കായുണ്ടോ കയ്യില്' അത് പറ.'

സഞ്ചി അവർ കാണാതെ മറച്ചുപിടിക്കാൻ ശ്രമിച്ചെങ്കിലും അവരത് കണ്ടെത്തി. 'ആ സഞ്ചിയിങ്ങ് തന്നേ.'

'ആ സഞ്ചിയിൽ ഒന്നുമില്ല. ഇന്നത്തേക്ക് അരി വാങ്ങാനുള്ള കാശു മാത്രമേ ഉള്ളൂ.'

അയാൾ സഞ്ചി മുറുക്കിപ്പിടിച്ചു. അപരിചിത വ്യക്തികൾ പരസ്പരം നോക്കി. പിന്നെ രണ്ടുപേരും കൂടി ആ സഞ്ചിയ്ക്കായി പിടിവലി തുടങ്ങി. അയാൾ സഞ്ചി കാലിന്റെ ഉള്ളിലേയ്ക്ക് അമർത്തിപ്പിടിച്ചു.

'എടോ... നീയത്രയ്ക്കങ്ങ് വില്ലനാകാൻ നോക്കണ്ടട്ടോ. സഞ്ചിയിലെ പണമെടുത്തേ ഞങ്ങൾ പോകൂ. സഞ്ചിയിങ്ങ് തരുന്നതാണ് നിനക്ക് നല്ലത്.'

'ഇത് ഞാൻ തരൂല. ഇതു ഞാൻ തരൂല.' അയാൾ സഞ്ചിയ്ക്ക് മുകളിൽ കമഴ്ന്ന് കിടന്നു.

'അതിസൂത്രക്കാരനാ ഇവൻ. ഇവനെയൊന്ന് പൊക്കണമല്ലോ.'

'വലിച്ച് പൊക്കടോ ഇവനെ.'

രണ്ടുപേരും കൂടി ശക്തിയിൽ വലിച്ചു പൊക്കാൻ തുടങ്ങിയതും, സ്ലാബിന്റെ അടുത്ത കഷണം കൂടി പൊട്ടിയകന്നതും പെട്ടെന്നായിരുന്നു.

ഒരു നിമിഷം പാഴാക്കാതെ അയാൾ വലിഞ്ഞിഴഞ്ഞ് മുകളിലേയ്ക്ക് കയറി.

ആ സമയം കൊണ്ട് സഞ്ചിയും കൈക്കലാക്കി ആ അപരിചിതർ ഓടിമറഞ്ഞിരുന്നു.

'കള്ളൻ, കള്ളൻ' - ഉള്ള ശക്തിയിൽ വിളിച്ചു കൂവി.

പെട്ടെന്നാണ് ഒരു പോലീസ് ജീപ്പ് പാഞ്ഞടുത്തുവന്ന് നിന്നത്.

'എവിടെ കള്ളൻ... എവിടെ കള്ളൻ...' അവരുടെ കണ്ണുകൾ ധൃതിയിൽ ചുറ്റുപാടും തിരഞ്ഞുകൊണ്ടിരുന്നു.

'ഇതാ എന്റെ കാലിന്റെ അവസ്ഥ കണ്ടോ. കള്ളന്മാർ എന്റെ സഞ്ചി പിടിച്ചപ്പം ഈ സ്ലാബിനുള്ളിൽ കിടന്ന എന്റെ കാൽ മുറിഞ്ഞതാ.'

പോലീസുകാർ അയാളെയും അയാളുടെ കാലിനെയും മാറിമാറി നോക്കി.

ഉടൻ ആക്ഷൻ എടുത്തു.

റോഡിലൂടെ പോകുന്ന രണ്ടുമൂന്നു വഴിയാത്രക്കാരെ വിളിച്ച് റോഡ് സൈഡിലെ പൈപ്പിൽ നിന്ന് വെള്ളം നിറച്ചുകൊണ്ടുവരാൻ, പോലീസ് ജീപ്പിൽ നിന്നും ഒരു കന്നാസ് എടുത്ത് നൽകി.

'വേഗം വേണം. വേഗം തന്നെ.' - പോലീസ് ആജ്ഞാപിച്ചു.

പോയതിനെക്കാൾ വേഗത്തിൽ അവർ തിരിച്ചെത്തി. അവരുടെ മുഖത്ത് ഭയം നിഴലിച്ചിരുന്നു.

'എന്താടാ പമ്മിപമ്മി നിൽക്കുന്നത്. വേഗം ആ വെള്ളമിങ്ങെട്.'

'വെള്ളം കിട്ടിയില്ല സർ. പൈപ്പിൽ ഒരു തുള്ളി പോലും വെള്ളം ഇറ്റു വീഴുന്നില്ല. ഞങ്ങളുടെ കുറ്റമല്ല സാർ.' അവർ താണു തൊഴുതു.

'എന്നാൽ അടുത്ത കടയിൽ നിന്ന് രണ്ട് വർത്തമാനപത്രം വാങ്ങി വാ. എസ്.ഐ. സാർ പറഞ്ഞുവിട്ടതാണെന്നും പറഞ്ഞേക്ക്. ഈ കന്നാസിലും വെള്ളം നിറച്ചോ.'

'ശരി സാർ.'

അവർ പത്രവുമായെത്തി. ഒപ്പം പത്രവില്പനക്കാരൻ കൊടുത്തയച്ച കുപ്പിവെള്ളവും.

'സാർ ഇതാ.'

കുപ്പിവെള്ളം പോലീസ് വാങ്ങി അയാൾക്ക് നൽകി.

'ശരി, ഇയാളുടെ കാലിലേയ്ക്ക് ഒഴിയ്ക്ക് വെള്ളം. മുറിയൊന്നു നോക്കട്ടെ.'

കുപ്പിയിലെ വെള്ളം പരുക്കു പറ്റിയ കാലിൽ സ്പീഡിൽ ഒഴിച്ചപ്പോൾ കറുകറുത്ത വെള്ളം കാലിലൂടെ ഒഴുകി നടപ്പാതയിൽ തളംകെട്ടി നിന്നു. മുറിവായിലൂടെ രക്തത്തുള്ളികൾ ഇറ്റിറ്റു വീഴുന്നുണ്ടായിരുന്നു.

'ഇനി ആ പത്രമെടുത്ത് ഒന്ന് വേസ്റ്റിലിട്ടേക്കൂ. യാത്രക്കാർ വഴുതി വീഴേണ്ട. മറ്റേത് ഇയാൾക്ക് കാൽ തുടച്ചു വൃത്തിയാക്കാനും കൊടുക്കൂ.'

പോലീസ് പറയേണ്ട താമസം പത്രം കൊണ്ടുവന്നവർ അപ്രകാരം ചെയ്തു.

'എടോ, ആശുപത്രിയിൽ പോണോ നിനക്ക്. വേണേൽ ആശുപത്രിയിൽ ഞങ്ങൾ കൊണ്ടുചെന്നാക്കാം.'

'വേണ്ട സാർ, വേണ്ട. എനിക്ക് വീട്ടിലെത്താനുള്ള വണ്ടിക്കാശ് മാത്രം തന്നയച്ചാൽ മതി.'

'എത്ര വേണം?'

'പന്ത്രണ്ട് രൂപ.'

പോലീസ് പന്ത്രണ്ട് രൂപയെടുത്ത് അയാൾക്കു നേരെ നീട്ടി.

'നന്ദി ഏമാനേ നന്ദി.'

'ആ കള്ളന്മാർ എന്റെ സഞ്ചി തട്ടിയെടുത്തത് കൊണ്ടുമാത്രമാണ് ഏമാൻമാരും എന്റെയടുത്തേയ്ക്ക് വന്നത്.'

'അല്ലെങ്കിൽ ഞാൻ.'

കുഴിയിൽ വീണയാളുടെ കണ്ണുകൾ നിറഞ്ഞൊഴുകുകയായിരുന്നു.

'കള്ളൻ' എന്ന പദത്തിന് ഇത്ര വ്യാപകമായ അർത്ഥമുണ്ടായിരുന്നുവെന്ന് ഞാൻ അറിഞ്ഞില്ല സാർ.'

'ഇയാൾക്കിതെന്ത് പറ്റി. വേദാന്തം പറയുന്നോ?'

സംഭവത്തിന്റെ സത്യാവസ്ഥയറിയാതെ പോലീസും ഒരു നിമിഷം പകച്ചുനിന്നു.

പെട്ടെന്നാണ് വയർലസ് സന്ദേശം അവരെത്തേടിയെത്തിയത്.

ഒരു നിമിഷം പാഴാക്കാതെ അവർ ലക്ഷ്യസ്ഥാനത്തേക്ക് കുതിച്ചു.

എല്ലാത്തിനും ദൃക്സാക്ഷിയായ നടപ്പാത. വീണ്ടും അനേകായിരങ്ങൾക്കായി കാത്തുകിടന്നു.

പൊട്ടിയ സ്ലാബിനടിയിലൂടെ കൊഴുകൊഴുത്ത അഴുക്കുവെള്ളം അപ്പോഴും മത്സരിച്ച് പായുകയായിരുന്നു!

☸

വിഷപ്പകർച്ച

പടക്കോപ്പുകൾ സൂക്ഷിച്ച മുറിയിൽ നിന്നിറങ്ങിയ പടനായകൻ പോരാട്ടവീര്യത്തിലാണ്.

ഗാംഭീര്യം തുളുമ്പുന്ന മുഖ തേജസ്സ്, ഇടറാത്ത മനഃശക്തി, സുപ്രധാനഘട്ടങ്ങളിൽ തീരുമാനമെടുക്കാനുള്ള കഴിവ്- എന്നിവ അയാളിൽ ദൃശ്യമായിരുന്നു.

പഴയ രാജവംശ പാരമ്പര്യവും ചരിത്രപ്രസിദ്ധമായ പടയോട്ടങ്ങളും കൺമുന്നിൽ മിന്നിമറയുന്നതായി അയാൾക്ക് തോന്നി.

പൗരാണികത്വത്തിന്റെ തിലകക്കുറിയായ ജീവസ്സുറ്റ ആയുധങ്ങൾ ആത്മസായൂജ്യത്തിന്റെ അഭിമാനത്തിമർപ്പിൽ സായൂജ്യം തേടി.

പ്രതാപൈശ്വര്യങ്ങളുടെ പോയകാലത്തെ വിസ്മയച്ചെപ്പിൽ നിന്നും അടർത്തിയെടുക്കാൻ അത് ധാരാളം മതിയായിരുന്നു.

നവീന കാലഘട്ടത്തിലെ നവജീവ ആശയങ്ങളിൽ നവസാങ്കേതിക വിദ്യയുടെ മിന്നൽ വെളിച്ചങ്ങൾ ആയുധങ്ങളായി പരിണമിക്കുന്ന കാഴ്ച ആണവായുധങ്ങളുടെ വരാനിരിക്കുന്ന വിസ്ഫോടനത്തെക്കുറിച്ച് ആദി ജനിപ്പിച്ചു.

ഇത്തരം ആയുധങ്ങൾക്ക് കീഴ്-വഴക്കങ്ങളോ ആചാരങ്ങളുടെ ന്യായ -നീതികളോ ബാധകമല്ലായിരുന്നു.

രാസമാലിന്യങ്ങളുടെ ശ്വാസംമുട്ടിക്കുന്ന ഗന്ധം ആയുധങ്ങളിൽ ചൂഴ്ന്ന് നിന്നത് എന്തുകൊണ്ടോ ആരും ശ്രദ്ധിച്ചില്ല.

സമയത്തിന്റെ സെക്കന്റ് സൂചിയെ തന്റെ ആധിപത്യത്തിലാക്കാൻ രാജ്യാന്തര മത്സരാർത്ഥികൾ പരസ്പരം പോരടിച്ച് ഉത്പാദനമേഖലയിൽ കറങ്ങിത്തിരിഞ്ഞുകൊണ്ടിരുന്ന കാലമാണത്.

മറ്റേതോ മണ്ഡലത്തിലേക്ക് അതിന്റെ ഭ്രമണപഥം തിരിക്കാൻ അവർ ആവതും ശ്രമിച്ചുകൊണ്ടിരുന്നു.

പരസ്പരം കുറ്റപ്പെടുത്തി വിദ്വേഷത്തിന്റെ വിഷസർപ്പത്തെ വാങ്ങി കഴുത്തിലണിഞ്ഞതും, അതിന്റെ ശീൽക്കാരത്തിൽ തളരുന്നതറിഞ്ഞ് വലിച്ച് പുറത്തിടാനും സാമ്രാജ്യാധിപതികളിൽ ചിലർ ശ്രമിക്കാതിരുന്നില്ല.

ഉ.ഷ്ണം വമിക്കുന്ന തീക്ഷ്ണമായ വിഷപ്പുക കണ്ണിൽ എരിവുളവാക്കിക്കൊണ്ട് അതിർത്തിക്കപ്പുറത്തേക്ക് കടന്നപ്പോഴാണ് അതിന്റെ വിഷസ്വഭാവം അവർക്ക് ബോധ്യമായത്.

ആ ഉച്ഛ്വാസവായുവിൽ പാവം പ്രജകൾ ഓക്സിജനെ തിരഞ്ഞു.

പരസ്പരമുള്ള പോരടിക്കലിൽ മനുഷ്യത്വം മരവിച്ചു. പൈശാചികത അതിന്റെ മൂർദ്ധന്യത്തിൽ തെളിഞ്ഞുനിന്ന്, വിഷാണുക്കൾ തന്റേതായ താവളം നിർമ്മിക്കാൻ തുടങ്ങി.

ഏകാധിപത്യത്തിന്റെ വാളിൽ അരിഞ്ഞു വീഴ്ത്തപ്പെട്ട അക്ഷരങ്ങൾ നീതിയ്ക്കായി അലമുറയിട്ടു.

ന്യായപീഠം വിറങ്ങലിച്ചു. തത്ക്കാലത്തേക്കത് അടച്ചിട്ടു.

'കിരീടരൂപത്തിലുള്ള എതിരാളികൾ' പ്രയാണം തുടർന്നുകൊണ്ടിരുന്നു. അതിജീവനത്തിന്റെ സൂചിയുമായി പട്ടാളച്ചിട്ടയോടെ അവ മുന്നോട്ടു പോകുന്ന കാഴ്ച എന്തുകൊണ്ടോ മനസ്സിൽ സംഭ്രമം സൃഷ്ടിച്ചു.

അനുരഞ്ജനത്തിന്റെ വഴിയിലൂടെ ഉരുണ്ടുവന്ന കിരീടത്തെ ഭരണാധികാരികൾ കറുത്ത, ഇരുണ്ട അറയ്ക്കുള്ളിൽ ചവിട്ടിത്താഴ്ത്തി.

പക്ഷേ, ഉണ്മയെ തളച്ചിടാൻ ആർക്കും കഴിയില്ല എന്ന യാഥാർത്ഥ്യം അവർ മനസ്സിലാക്കിയത് പ്രജകൾ ഓരോന്നായി തളർന്നുവീണുകൊണ്ടിരുന്നപ്പോഴാണ്.

വ്യാപനം നടന്നുവോ എന്നതിനെക്കുറിച്ചായി പിന്നെ ആശങ്ക.

കിരീടത്തിന്റെ ശക്തമായ ഭ്രമണപഥത്തിനിടയിൽ കിടന്ന് മനുഷ്യജീവൻ കീടങ്ങളെപ്പോലെ ചതഞ്ഞരയുന്നത് കാണുമ്പോഴും സാമ്രാജ്യാധിപതികൾ കുറ്റപ്പെടുത്തലിന്റെ പ്രഹേളികയിൽ രാജ്യാന്തര അതിർത്തികൾ തമ്മിൽ ലോക്കിട്ടു.

പക്ഷേ, ആ ലോക്കിനുള്ളിലൂടെയും അദൃശ്യനായി ഉരുണ്ടുനീങ്ങിയ കിരീടം രാജ്യങ്ങളിൽ നിന്ന് രാജ്യങ്ങളിലേക്ക് ചലിച്ചുകൊണ്ടിരുന്നു.

പ്രകമ്പനങ്ങളിലൂടെ ചിലർ അതിന്റെ വരവ് മനസ്സിലാക്കിയെങ്കിലും, ഓടിയൊളിക്കാൻ അവർക്ക് ഈ ലോകത്തിൽ ഒരിഞ്ചുസ്ഥലമില്ലായിരുന്നു – എന്നതാണ് വാസ്തവം!

വേഷങ്ങളും ഭാഷകളും ആചാരങ്ങളും അനുഷ്ഠാനങ്ങളും എങ്ങോ പോയ്മറഞ്ഞു. പോർവിളികളും ആക്രോശങ്ങളും തളർന്ന മട്ടിലായി.

ഭക്ഷണത്തിനും മരുന്നിനും വേണ്ടി ജനം തെരുവിലിറങ്ങിയപ്പോൾ സൗജന്യ അരിയും ഭക്ഷണക്കിറ്റും നൽകി ചെങ്കോൽധാരികൾ പ്രജകളെ ലോക്കിട്ടു.

പരദേശികൾ കാട്ടുപാതയിലൂടെ മണിക്കൂറുകളോളം കാൽനട താണ്ടി സ്വദേശം ലക്ഷ്യമാക്കി നീങ്ങിയെങ്കിലും പോലീസ് അവരെ തെരഞ്ഞുപിടിച്ച് ബോധവാന്മാരാക്കി ക്വാറന്റയിനിൽ ഇട്ടു.

ഉത്സവങ്ങളും ആഘോഷവും വിവാഹവും എന്തിന് മരണാനന്തര ചടങ്ങുകൾ പോലും അഞ്ച് വിരലിനുള്ളിൽ ഒതുക്കപ്പെട്ടു.

സോപ്പിട്ട് കൈകഴുകൂ, മാസ്കിടൂ, സാമൂഹിക അകലം പാലിക്കൂ എന്ന എസ്.എം.എസ് സന്ദേശം (സോപ്പ്-മാസ്ക്-സോഷ്യൽ ഡിസ്റ്റൻസ്) ജനതയുടെ ബോധമണ്ഡലത്തിലേക്ക് ആരോഗ്യരംഗം പകർന്നുനൽകി.

ലോക്ക് തുറന്ന് പുറത്തു ചാടാൻ വെമ്പുന്ന പിരുപിരുപ്പൻ കൗമാര പ്രായക്കാർ ബൈക്കിൽ ഇറങ്ങവേ ബൈക്കോടുകൂടി പോലീസ് ലോക്കിട്ടു. മാസ്കിടാത്തതിന് ഫൈനും ഈടാക്കി.

എന്നിട്ടും പല പ്രദേശങ്ങളും റെഡ്സോണിൽ തെളിഞ്ഞുനിന്നു. ഡബിളും ത്രിപ്പിളുമായി അവിടെ ലോക്ക് മുറുകിക്കൊണ്ടിരുന്നു.

സമൂഹത്തിലെ പ്രശസ്തരും പ്രഗത്ഭരും സ്വന്തം തട്ടകം നഷ്ടപ്പെട്ടപ്പോൾ പാചകവൈവിധ്യത്തിലും ജൈവപച്ചക്കറികളിലും സ്വന്തം ഫാഷൻ ഡിസൈനിംഗിലും അഭയം തേടി.

തനിച്ചായിപ്പോയാൽ എന്തുചെയ്യാം എന്നതിനെക്കുറിച്ച് പലരെയും ചിന്തിക്കാൻ പ്രേരിപ്പിച്ചത് ക്വാറന്റയിൻ ജീവിതമാണ്.

ഉൾക്കാഴ്ച അവനവനിലുള്ളിലെ വിളക്കിനെ തെളിയിച്ചു. സുന്ദരമായ ചിത്രങ്ങളും തിരക്കഥകളും മറ്റു പലതുമായത് മാറി.

ലോക്കിൽ നാഷനൽ ഹൈവേകൾ വിഷം തുപ്പുന്ന പാമ്പിനെപ്പോലെ നീണ്ടുവളഞ്ഞങ്ങനെ കിടന്നു.

ഓഫീസ് ജോലികൾ വീട്ടിൽ നിന്നായി. ഐ.ടി. മേഖല മാത്രം പിടിച്ചു നിന്നു. മറ്റെല്ലാം തീർത്തും നിശ്ചലം. അവശ്യസാധനങ്ങൾക്ക് പാസു മായി നീങ്ങാം എന്ന ഇളവ് വന്നു.

ആളൊഴിഞ്ഞ വിശാലപാതകളിൽ വന്യമൃഗങ്ങൾ സ്വൈര്യസഞ്ചാര ത്തിനിറങ്ങി.

മനുഷ്യർ മാത്രമല്ല, ശക്തനായ മൃഗങ്ങളെയും കൊന്നൊടുക്കാൻ ശേഷിയുണ്ടെന്ന് കാണിക്കുന്നതായിരുന്നു എതിർ സൈന്യത്തിന്റെ ആക്ര മണത്തിൽ തളർന്നു വീണ കടുവയും.

വമ്പൻ സാമ്രാട്ടുകൾക്കിടയിലൂടെ പട നയിച്ച് ചക്രവർത്തിപദം നേടി യെടുക്കാനുള്ള വെമ്പലിൽ അംഗസംഖ്യ ഇരട്ടിപ്പിച്ച് കണ്ണിബലം കൂട്ടാൻ ശക്തമായി പരിശ്രമിച്ചുകൊണ്ടിരുന്നു അവ ഓരോരുത്തരും.

നൂറ്റാണ്ടുകൾക്കപ്പുറവും ഇത്തരം അനവധി പടനീക്കം നടന്നതിന്റെ സൂചനകൾ ശക്തമായുണ്ട്.

ജനത എപ്പോഴൊക്കെ അഹങ്കാരത്തിന്റെ കൊടുമുടിയിൽ വിശ്രമിച്ചി ട്ടുണ്ടോ, അപ്പോഴൊക്കെയും മരണകാരിയായ മഹാമാരി ഇവിടെ പെയ്തി റങ്ങിയിട്ടുണ്ട്. മരണം ലക്ഷങ്ങൾ കടന്നിട്ടുണ്ട്.

തിരഞ്ഞെടുക്കപ്പെട്ട ആശുപത്രികളിൽ പലതും നിറഞ്ഞുകവിഞ്ഞ പ്പോൾ വിദ്യാലയങ്ങൾ ഐസലേഷൻ വാർഡായി മാറി. വെന്റിലേറ്ററിന്റെ ആവശ്യവും വർദ്ധിച്ചു. അവശ്യമരുന്നുകൾ പലതും തീർന്നുതുടങ്ങി.

ആരോഗ്യരംഗം സജീവമായി. സുരക്ഷാവസ്ത്രവും മാസ്കും കണ്ണ ടയും അണിഞ്ഞ ഭടന്മാർ എതിരാളികളെ തുരത്തിയോടിക്കാൻ പലവിധ മരുന്നുകളുമായി രംഗപ്രവേശം ചെയ്തു.

പ്രതീക്ഷ വറ്റിയ രോഗിയുടെ നേത്രങ്ങളിലേയ്ക്ക് പ്രതീക്ഷ തുളു മ്പുന്ന നേത്രങ്ങളോടെ അവർ നോക്കി. മരുന്നിനൊപ്പം കൗൺസിലിംഗും നൽകി.

ഊണില്ല, ഉറക്കമില്ല, കുടുംബബന്ധങ്ങളില്ല, എല്ലാം ആതുരാലയ ത്തിന്റെ നാലുചുവരുകൾക്കുള്ളിൽ തളക്കപ്പെടുന്നു. സമയപരിധിയി ല്ലാതെ ആത്മാർത്ഥതയോടെ ജോലി ചെയ്യുന്ന ഇവർ - വിശിഷ്ടപദ വിയ്ക്ക് അർഹരായവർ,

പിറന്നുവീണ കുഞ്ഞിന് മുലയൂട്ടാൻ സമയം കിട്ടാത്ത നഴ്സ് അമ്മ മാരുണ്ടിവിടെ. കുഞ്ഞുറങ്ങുന്ന സമയമാകുമ്പോൾ അറിയാതെ ആ കണ്ണു കൾ നിറഞ്ഞിട്ടുണ്ട്. ആ കണ്ണീരൊന്നു തുടയ്ക്കാൻ പോലും 'അണു

ക്കളെ ശ്രദ്ധിക്കണം' എന്ന ഭീതിദമായ അവസ്ഥാവിശേഷത്തിലാണ് ഇത്തരം ജീവിതങ്ങൾ തിളങ്ങിനിൽക്കുന്നത്.

ആശുപത്രിയ്ക്കുള്ളിൽ തളച്ചിടപ്പെട്ട ശുഭ്രവസ്ത്രധാരികൾക്ക് അനുഭവത്തിന്റെ കയ്പൂറുന്ന ഗന്ധമാണുള്ളത്. ഗന്ധം നഷ്ടപ്പെടുന്ന രോഗികൾക്കൊപ്പം ചെലവിടുന്ന നിമിഷങ്ങൾ വാചാലമാണ്.

വെറും നാലുമാസം മാത്രം പ്രായമായ പിഞ്ചിളം പൈതലിനെ പെറ്റമ്മയുടെ നെഞ്ചകത്തു നിന്ന് അടർത്തിമാറ്റുന്ന ദൃശ്യം ദയനീയമാണ്. മൂന്ന് പൊളിത്തീൻ കവറിലേക്ക് ആ കുഞ്ഞ് മാറുമ്പോൾ സ്വപ്നങ്ങളുടെ വർണക്കൂട്ടാണ് അമ്മയ്ക്ക് നഷ്ടമായത്.

ആരോഗ്യപ്രവർത്തകർക്കൊപ്പം വിങ്ങുന്ന മനസ്സുമായി ഖബറിടത്തേക്ക് ബാപ്പ നീങ്ങിയത് കുഞ്ഞിന്റെ ആദ്യ പെരുന്നാൾ ദിനമായ ദുരന്ത വെള്ളി ദിനത്തിലേക്കാണ്. പടച്ചവന് ദാനം ചെയ്ത കുരുന്ന്.

ഒരു നിമിഷത്തെ അശ്രദ്ധ - എവിടെയോ ഒരു പിഴവ് - അത് സംഭവിച്ചാൽ വിഷാണു ഏത് വമ്പനെയും കീഴ്പ്പെടുത്തും. അതാവാം സയൻസിന്റെ ബുദ്ധികേന്ദ്രമായ പ്രശസ്ത ഡോക്ടറെയും മരണം കവർന്നെടുത്തത്.

അന്യദേശത്തെ പ്രശസ്ത ഹോസ്പിറ്റലിൽ രോഗികൾക്ക് ആശ്വാസമേകി മുന്നേറിയ ആ ജീവിതം പെട്ടെന്ന് പൊലിഞ്ഞമർന്നപ്പോൾ - നല്ലൊരു വാക്കോ, നോക്കോ ലഭിക്കാതെ ജനക്കൂട്ടത്തിന്റെ കരിങ്കൽച്ചീളുകൾക്കിടയിലൂടെ ശ്മശാനത്തിലേക്ക് ബോഡി നീങ്ങുന്ന രംഗം അതിഭയാനകവും നീതിനിഷേധവുമാണ്.

കല്ലേറിൽ തലപൊട്ടിയ ഡ്രൈവർ ചോരയൊഴുകുംനേരം മാറിനിന്നപ്പോൾ, ചില്ലുപൊട്ടിയ കാർ സഹപ്രവർത്തകനായ ഡോക്ടർ സ്വയം ഡ്രൈവ് ചെയ്ത് ജഡം ശ്മശാനത്തിലെത്തിച്ചത് സിനിമാലോകത്തിലെ ഹീറോയാകാനല്ല, ഒപ്പം പ്രവർത്തിച്ച ഡോക്ടർക്ക് വേണ്ടി അത്രയെങ്കിലും ചെയ്യാൻ കഴിഞ്ഞുവല്ലോ എന്ന ആത്മാർത്ഥതയുള്ളതുകൊണ്ടാണ്.

'വന്ദിച്ചിട്ടില്ലെങ്കിലും നിന്ദിക്കരുത്' എന്ന മാപ്പപേക്ഷയുമായി ആരോഗ്യപ്രവർത്തകർ സജീവമായി രംഗത്തിറങ്ങുമ്പോൾ തളരാത്ത മനസ്സിന്റെ വീര്യമാണ് ആ പോരാട്ടത്തിൽ ദർശിക്കാനാകുക.

സമ്പർക്കത്തിലൂടെയോ ഉറവിടമറിയാതെയോ ആരോഗ്യപ്രവർത്തകർ ക്വാറന്റയിനിൽ അകപ്പെട്ടപ്പോൾ അവിടെയും പരിഗണന കിട്ടാതെ അവർ വിഷമിച്ചിട്ടുണ്ട്.

വൃത്തിയും വെടിപ്പുമില്ലാത്ത ഇടത്താവളങ്ങളിൽ ഭക്ഷണം കിട്ടാതെ ആരാലും ശ്രദ്ധിക്കപ്പെടാതെ ആറുമണിക്കൂറോളം അവർ അനുഭവിച്ച തീവ്രവേദന - മാധ്യമപ്രവർത്തകർ വന്നപ്പോൾ മാത്രമാണ് ഒന്നവസാനിച്ചത്. അതോടെ അവരും ക്വാറന്റയിനിലായി എന്നേ കരുതേണ്ടൂ.

രാജ്യത്തിന്റെ സമ്പദ്മേഖലയുടെ നട്ടെല്ലായ പ്രവാസികൾ സ്വന്തം രാജ്യത്തെത്തുമ്പോൾ നാട്ടാർക്ക് ഉത്സവമായ ഒരു കാലമുണ്ടായിരുന്നു. എന്നാൽ, ഇന്ന് അവർ പടിക്കുപുറത്താണ്.

അന്യദേശത്ത് സുരക്ഷ നഷ്ടപ്പെട്ട് മരണമുഖത്തുനിന്ന് രക്ഷപ്പെടാനുള്ള വെമ്പലിൽ കാത്തിരിപ്പു തുടരുമ്പോഴും അവർ മരണഭയത്തെ നേരിടുകയാണ്. കൗൺസിലിംഗ് പോലും ഫലപ്രദമാകുന്നില്ല.

ഇങ്ങനെയുള്ള സന്ദിഗ്ധാവസ്ഥയുണ്ടാകുമ്പോഴാണ് നാം നമ്മിലേക്ക് തിരിയേണ്ടത്.

താനാരാണെന്നും സ്വത്വമെന്താണെന്നും അന്വേഷിക്കുമ്പോൾ ഉത്തരങ്ങൾ ഓരോന്നായി തെളിഞ്ഞുവരാതിരിക്കില്ല.

നമ്മിലൊരാളാണ് അവർ. സമാധാനത്തിന്റെ സന്ദേശവും വഹിച്ച് ഒരു ഉണർത്തുപാട്ടായി ആരോഗ്യപ്രവർത്തകർ നീങ്ങവേ ആതുരാലയ അന്തരീക്ഷം പ്രകാശപൂരിതമാകും. തൂവെള്ള വസ്ത്രത്തിൽ തിളങ്ങുന്ന സ്നേഹത്തിന്റെ പ്രകാശം.

രോഗിയുടെ കണ്ണിലെ പ്രകാശം, ആ ചുണ്ടിൽ വിരിയുന്ന പുഞ്ചിരി, മൂളിപ്പാട്ട് ഇവയെല്ലാം ഒരാൾ ജീവിതത്തിലേയ്ക്ക് തിരിച്ചെത്തുന്നതിന്റെ സിഗ്നലുകളാണ്.

ആ സിഗ്നലുകൾ തെളിയിക്കാൻ അഹോരാത്രം പ്രവർത്തിക്കുന്നവരെ എത്ര അഭിനന്ദിച്ചാലും മതിയാകില്ല.

എങ്കിലും ജാഗ്രത തുടരേണ്ടിയിരിക്കുന്നു.

തിങ്ങിനിറഞ്ഞ ജനക്കൂട്ടങ്ങൾക്കിടയിലോ ലക്ഷങ്ങൾ പങ്കെടുക്കുന്ന മഹാറാലിയിലോ നുഴഞ്ഞുകയറി എതിരാളികൾ വീണ്ടും വന്നെത്താം.

ഏതു വർഷം, ഏതു സമയം, ഏതു സന്ദർഭം എന്ന് മുൻകൂട്ടി പറയുക അസാദ്ധ്യം.

അതിനുമുമ്പ് നമ്മുടെ നിലനില്പിന്റെ പ്രശ്നം നാം അഭിമുഖീകരിക്കേണ്ടതുണ്ട്.

ഭാവിയെ ഉറ്റുനോക്കുന്ന യുവമനസ്സുകൾക്ക് അതിജീവനത്തിന്റെ വേറിട്ട മാതൃക സ്വയം കണ്ടെത്തേണ്ടതുണ്ട്.

അതിനവർക്ക് ശക്തിപകരുന്ന അനേകം സൂക്തങ്ങൾ പൂർവ്വികർ നമുക്കായ് ഉപനിഷത്തിൽ വല്ലികളായി എഴുതിവെച്ചിട്ടുമുണ്ട്.

'കഠോപനിഷത്തിലെ' ഈ ജ്ഞാനോപദേശം ഉയർത്തെഴുന്നേൽപ്പിന്റെ പാഠമായി മാനവവംശത്തിന്റെ ബുദ്ധികോണിലെ അതിസൂക്ഷ്മതലത്തിലേയ്ക്ക് അതിദ്രുതം പ്രസരിക്കട്ടെ.

'ഉത്തിഷ്ഠതാ ജാഗ്രതാ
പ്രാപ്യവരാൻ നിബോധത
ക്ഷുരസ്യ ധാരാ നിശിതാ ദുരസ്യ
ദുർഗ്ഗം പദസ്ത് കവയോ വദന്തി.'

ബലൂൺ

'ഇത്തിരിപ്പോന്നൊരു കുഞ്ഞൻ' നിശ്ശബ്ദനായി ബ്രഹ്മാണ്ഡത്തെ ഞെട്ടിച്ചപ്പോൾ സ്തംഭിച്ചു നിന്നുപോയത് ഹൈടെക് മരുന്നു ഫാക്ടറികളാണ്.

'എല്ലാം നേടിയെടുത്തു കഴിഞ്ഞു. ഇനിയെല്ലാം എന്റെ ആജ്ഞാശക്തിക്കുള്ളിൽ ചലിക്കേണ്ടി വരും' - എന്നഹങ്കരിച്ച മനുഷ്യജന്മത്തിന് കിട്ടിയ ശിക്ഷ ഇത്രമേൽ തീക്ഷ്ണമാകും എന്നാരറിഞ്ഞു.

അഹംബോധം ആത്മനാശം. ഊതിവീർപ്പിച്ച ബലൂണിന് തുല്യം.

ഊതാൻ വായുവില്ലെങ്കിൽ ചുക്കിച്ചുളിഞ്ഞു പോകുന്ന അനേകം ബലൂണുകൾ ജീവന്റെ അന്തസ്സാര തിരഞ്ഞു.

ബലൂണിന്റെ ചന്തമല്ല; അതിനുള്ളിൽ ഉൾക്കൊള്ളുന്ന വായുവിനാണ് പ്രാധാന്യം.

പ്രണയപ്പൂമഴ പെയ്യുന്ന കാമ്പസ് പ്രണയങ്ങൾ ഓൺലൈനിൽ കുടുങ്ങി നിറംമങ്ങി തുടങ്ങി.

വിവിധ നിറമുള്ള ലിപ്സ്റ്റിക് കുപ്പികൾ സൗന്ദര്യറാണിമാരുടെ ചുണ്ടുകളുടെ മൃദുലത ആസ്വദിക്കാനാവാതെ അലമാരയ്ക്കുള്ളിൽ മാറാല കെട്ടി കട്ടപിടിച്ച് വിശ്രമിച്ചു.

കൂട്ടിലടയ്ക്കപ്പെട്ട കൗമാരസ്വപ്നങ്ങളൊക്കെയും അസ്വസ്ഥത പൂണ്ട കിളികളെപ്പോലെ അസ്വാതന്ത്ര്യമാകുന്ന കൂടിന്റെ അഴികൾ കൊത്തി വളച്ച് മുന്നോട്ടുപോകാൻ വെമ്പൽ കൂട്ടിക്കൊണ്ടിരുന്നു.

വ്യാധിയാകട്ടെ മായാവലയത്തിന്റെ പുതപ്പുമായി ലോകജനതയെയാകെ മൂടിപുതപ്പിക്കാനായി നൂലിഴകൾ തുന്നിച്ചേർത്തുകൊണ്ടിരുന്നു.

വായു നിറയ്ക്കാൻ കഴിയാതെ വിവശത അനുഭവിക്കുന്ന ജീവിതങ്ങൾ അസ്ഥിത്വത്തിന്റെ അച്ചുതണ്ട് തേടി കിതച്ചുനിന്നു.

രാജ്യങ്ങൾ പിടിച്ചടക്കിക്കൊണ്ടുള്ള ജൈത്രയാത്രയ്ക്കിടയിൽ ഇത്തിരിക്കുഞ്ഞന് മുന്നിൽ ഭരണാധികാരികളും പ്രജകളും ഒരേ ത്രാസിൽ തൂങ്ങിയാടുന്ന സ്വത്വങ്ങൾ മാത്രം.

ബ്രഹ്മാണ്ഡം രണ്ടുതവണ പൂട്ടി ഭരണാധികാരികൾ താക്കോൽ കൈവശപ്പെടുത്തിയെങ്കിലും 'ഇത്തിരിക്കുഞ്ഞൻ' പല രൂപത്തിൽ പല ഭാവത്തിൽ അവരെ തോൽപ്പിച്ചുകൊണ്ടിരുന്നു.

സോപ്പ് കുമിളകൾ പതപ്പിച്ചും ഇരട്ട മാസ്കും ഗ്ലൗസും ധരിച്ചും ഫെയ്സ്ഷീൽഡും കണ്ണടയും പി.പി.ഇ. കിറ്റിനൊപ്പം ഫിറ്റ് ചെയ്തും മനുഷ്യക്കോലങ്ങൾ അന്യഗ്രഹജീവികളായി പരിണമിച്ചുകൊണ്ടിരുന്നു.

ഭക്ഷണവും വെള്ളവും എന്തിന് അടിസ്ഥാന ആവശ്യങ്ങൾ പോലും നിറവേറ്റാൻ നിവൃത്തിയില്ലാതെ പി.പി.ഇ. കിറ്റിനുള്ളിൽ വിയർത്തൊഴുകുന്ന ജീവിതങ്ങൾ ദയനീയതയുടെ ചിത്രം വരച്ചുകാട്ടി.

എന്നിട്ടും താന്തോന്നികളായ ചില മനുഷ്യകീടങ്ങൾ 'ഇത്തിരിക്കുഞ്ഞന്' സ്വാഗതമോതിയും ആർത്തട്ടഹസിച്ചും പ്രോത്സാഹനം നൽകിക്കൊണ്ടിരുന്നു. അനുസരണയില്ലാത്ത ധിക്കാരികളായി അവർ ഊരുചുറ്റി.

നീതിയും നിയമവും ഇവരെ പിടിച്ചിടാൻ ബലമുള്ള ക്വാറന്റീൻ ഒരുക്കി. സുരക്ഷാഭടന്മാരെ കാവൽ നിർത്തി.

പിടിക്കപ്പെട്ട കിടാങ്ങളെല്ലാം വൻ മയക്കുമരുന്നു ശൃംഖലയിലെ കണ്ണികളായതിനാൽ കോടതി അവർക്ക് നല്ല നടപ്പിനുള്ള ശിക്ഷയാണ് വിധിച്ചത്. ഒപ്പം കൗൺസിലിംഗ് നൽകാനും നിർദ്ദേശിച്ചു.

കാക്കിക്കുപ്പായത്തിനുള്ളിലെ നന്മ വറ്റാത്ത ഹൃദയമുള്ളവർ അവരുടെ നല്ല മൂഡ് നോക്കി അവർക്കരികിലെത്തി നന്മയുടെ പാഠങ്ങൾ പകർന്നു നൽകി.

സ്നേഹത്തിന്റെ ഭാഷയിൽ അവരുടെ മനസ്സ് ശുദ്ധീകരിച്ചെടുത്തു.

പശ്ചാത്താപത്താൽ വിങ്ങിയ മനസ്സിൽ നിന്ന് നീർത്തുള്ളികൾ ഊറിക്കൂടി കരച്ചിലായി പെയ്തിറങ്ങി.

'ഞങ്ങൾക്കിനി നന്നായി ജീവിക്കണം. വീട്ടുകാർക്കും നാട്ടുകാർക്കും പ്രിയപ്പെട്ടവരാകണം. അതിനിനി സാധിക്കുമോ സർ.'

തീർച്ചയായും. നിങ്ങളാണ് നാളത്തെ പൗരന്മാർ. നാടിന്റെ ഭരണചക്രം തിരിക്കേണ്ടവർ.

പക്ഷേ, 'തേൻകൂടയ്ക്കുള്ളിൽ നിന്ന് അതൊന്നിച്ച് കൈയ്യിട്ട് വാരരുത്. തുള്ളികളായി പ്രജകൾക്കെല്ലാം പകർന്നുനൽകാനാണ് നല്ലൊരു ഭരണാധികാരി ശ്രമിക്കേണ്ടത്.' - നിയമപാലകൻ നീതിയുടെ ഭാഷയെയും ഒപ്പം കൂട്ടി.

എന്നാൽ, ഞങ്ങൾ പോയ്ക്കോട്ടെ സർ. നല്ല നിലയിൽ വീണ്ടും കാണാം.

പയ്യന്മാർ തലകുനിച്ച് യാത്രയായ നിമിഷം കാക്കിക്കുപ്പായം ഗർജ്ജിച്ചു - 'നില്ക്കവിടെ.'

'പിള്ളേരുകളിയല്ലിത്. അടുത്ത പ്രാവശ്യം വരുമ്പോൾ, കാണാൻ മുഖത്ത് കണ്ണുണ്ടായിരിക്കേണ്ടേ.'

'ഉണ്ടാവണം.'

'എങ്കിൽ അടച്ചുപൂട്ടിയ കാലത്ത് അടച്ചുപൂട്ടിയ ദേശത്ത് കറങ്ങിത്തിരിയുന്ന സ്വഭാവം ഇനി മുതൽ വേണ്ട.'

'ശരി, സർ.'

കുട്ടികൾ പോകുന്നത് നോക്കിനിന്ന കാക്കിക്കുപ്പായം ആരോടെന്നില്ലാതെ ഉരുവിട്ടു.

'നല്ല കുട്ടികൾ.'

പറഞ്ഞു തീർന്നില്ല. അപ്പോഴേയ്ക്കും കുട്ടികൾ തിരിച്ചെത്തി.

'സർ.'

'എന്താണ് പ്രശ്നം.'

'ഞങ്ങൾ ആർ.ആർ.റ്റി. വളണ്ടിയർമാരാകാൻ തീരുമാനിച്ചു. സാർ സമ്മതം തരണം.'

'ശരി, നന്മ വളരട്ടെ.'

കാക്കിക്കുപ്പായം അവരെ അകമഴിഞ്ഞ് അനുഗ്രഹിച്ചു.

'ബ്ലാക്ക് വന്നത്രേ, ബ്ലാക്ക്.' ആരോ ആർത്തലച്ചുകൊണ്ട് ആശുപത്രി വാർഡിനുള്ളിൽ ബോധം കെട്ട് വീണു.

കാലന്റെ കറുത്ത കുപ്പായമണിഞ്ഞ കോലങ്ങൾ സ്വപ്നത്തിൽ ആർത്തട്ടഹസിച്ച് എത്തിയപ്പോൾ വെന്റിലേറ്ററിൽ ശ്വാസത്തിനായി പിടയുന്ന ജീവിതങ്ങൾ ഞെട്ടലോടെ ചുറ്റും നോക്കി.

'ഓക്സിജൻ കിട്ടാനില്ല. സിലിണ്ടർ മറ്റു രാജ്യങ്ങളിൽ നിന്ന് ഇറക്കുമതി ചെയ്യും എന്നാണ് കേട്ടത്. ഇനി എന്തൊക്കെ സംഭവിക്കുമോ ആവോ.' പറഞ്ഞവന്റെ മുഖത്ത് ആശങ്ക നിഴലിച്ചു.

'ഓക്സിജൻ ലോകത്തിലെ മൂല്യമേറിയ സമ്പത്ത്.'

'അമൂല്യങ്ങളിൽ അമൂല്യം. വിശിഷ്ടമായ ഓക്സിജൻ.'

എന്നിങ്ങനെ മാധ്യമങ്ങളായ മാധ്യമങ്ങളൊക്കെ ഓക്സിജനെ സ്തുതിച്ചുകൊണ്ടിരുന്നു.

ആഗോളതലത്തിൽ ചർച്ചയും സംവാദവും വാദപ്രതിവാദങ്ങളും മുറയ്ക്ക് നടന്നു.

ഓക്സിജൻ നിർമ്മാണ യൂണിറ്റുകൾ തുടങ്ങാനുള്ള അനുവാദപത്രത്തിനായി വമ്പൻ കമ്പനികൾ എല്ലാ തയ്യാറെടുപ്പോടെയും സജ്ജമായി നിന്നു.

ബ്ലാക്ക് പരക്കുകയാണത്രേ. വിലപിടിപ്പുള്ള മരുന്നെത്താൻ പ്രയാസമാണെന്നാ പലരും പറയുന്നത്.

'എന്തു ചെയ്യാം. ഉള്ളത് വച്ച് നമുക്ക് അഡ്ജസ്റ്റ് ചെയ്യാം.' ആതുരാലയത്തിലെ മാലാഖമാർ അതിനുള്ള പ്രയത്നങ്ങൾ തുടങ്ങി.

'ആശുപത്രിയിലെ കട്ടിലുകൾ നിറഞ്ഞുകവിഞ്ഞുവല്ലോ. ബാക്കിയുള്ളവർ പുറത്ത് കാവൽ നിൽക്കയാ.... എന്തു ചെയ്യണം.'

ഹെഡ് നഴ്സ് സൂപ്രണ്ടിനോട് വിവരം ആരാഞ്ഞു.

ഉത്തരമൊന്നും കിട്ടാതെ വന്നപ്പോൾ അവർ പുറത്തുവന്ന് വിളിച്ചുപറഞ്ഞു.

'ഹൗസ്ഫുൾ.'

പുറത്തുവന്ന വണ്ടികളൊക്കെ വിലപ്പെട്ട ജീവൻ രക്ഷിക്കാനായി പ്രൈവറ്റ് ആശുപത്രി ലക്ഷ്യമാക്കി നീങ്ങി.

അവിടെയും ബ്ലാക്കിന്റെ തള്ളലായിരുന്നു!

എങ്കിലും വരുന്നവരെയെല്ലാം അവർ യഥാവിധി സ്വീകരിച്ച് വാർഡുകളിലേക്ക് മാറ്റിക്കൊണ്ടിരുന്നു.

പുതിയ രോഗികൾ വന്നെത്തുമ്പോൾ പഴയവരെ ഡിസ്ചാർജ് ചെയ്തും, ഗുരുതര രോഗികളെ വെന്റിലേറ്ററിലേക്ക് മാറ്റിയും, മറ്റു ചിലരെ ഓക്സിജൻ വാർഡിലേക്ക് മാറ്റിയും ചികിത്സ തുടർന്നു.

ഓപ്പറേഷൻ തിയേറ്ററിൽ രോഗികളുടെ എണ്ണം വർദ്ധിച്ചുകൊണ്ടിരുന്നു.

ഭീമമായ ബില്ലാണ് പ്രൈവറ്റ് ആശുപത്രി ഈടാക്കുന്നത് എന്ന് പലരും പരാതിയുമായി വന്നെങ്കിലും അതെല്ലാം വിലയില്ലാക്കടലാസുകളായി മാറിപ്പോയി എന്നതാണ് വാസ്തവം.

ചിലരാകട്ടെ 'കണ്ണിന്റെ കാര്യമല്ലേ. പണം നോക്കിയിട്ട് കാര്യമില്ല' എന്ന അഭിപ്രായത്തിലും ചികിത്സ തുടർന്നു.

എന്നിട്ടും ലോകത്തിലെ നിറമുള്ള കാഴ്ചകളൊന്നും കാണാൻ ഭാഗ്യമില്ലാതെ, അനേകം രോഗബാധിത കണ്ണുകൾ ഓപ്പറേഷൻ തിയേറ്ററിലെ ബക്കറ്റിനുള്ളിൽ നിക്ഷേപിക്കപ്പെട്ടു.

മാനസികവിഭ്രാന്തിയാൽ നിലവിളിക്കുന്ന രോഗികളെ പി.പി.ഇ. കിറ്റണിഞ്ഞ മാലാഖമാർ ഓടിയെത്തി മയക്കിക്കിടത്തി.

നിറംമങ്ങിയ പകലുകൾ. മൗനമാചരിക്കുന്ന ചുണ്ടുകൾ.

ശവപേടകവും വഹിച്ച് അതിവേഗത്തിൽ ശ്മശാനം ലക്ഷ്യമാക്കി നീങ്ങുന്ന വണ്ടികൾ.

കാർമേഘം ഉരുണ്ടുകൂടിയ ആകാശം. പെയ്യാൻ വെമ്പിനിൽക്കുന്ന മഴനീർത്തുള്ളികൾ.

വീണ്ടെടുക്കാനാവാതെ എല്ലാം നഷ്ടപ്പെട്ടു എന്നു തോന്നിയ നിമിഷത്തിലാണ് എല്ലാവരെയും അദ്ഭുതപ്പെടുത്തിക്കൊണ്ട് ഹോസ്പിറ്റലിലെ ടി.വി.യിലെ ഡോക്ടേഴ്സ് ചാനലിൽ ആ വാർത്ത പ്രത്യക്ഷപ്പെട്ടത്.

ബ്ലാക്കിന് വിലങ്ങിട്ടു. പുതിയ മരുന്ന് നൂറുശതമാനം ഫലപ്രദമെന്ന് തെളിഞ്ഞിരിക്കുന്നതിനാൽ ഗുരുതരരോഗമുള്ളവരിൽ നേരിട്ട് പ്രയോഗിക്കാൻ അനുമതി നൽകി. കണ്ണിന്റെ ഓപ്പറേഷൻ ഉടൻ നിർത്തിവെയ്ക്കുക. (W.H.O)

ശ്രുതിമധുരമായ ശബ്ദത്തിൽ ആ വാക്കുകൾ വ്യാധിക്കാരുടെ ചെവിയിൽ ഊർന്നുവീഴവേ പ്രതീക്ഷയുടെ നാമ്പുകൾ മനസ്സിൽ മുളച്ചുപൊന്തി.

അടുത്തദിവസം രാവിലെ എട്ട് മണിക്ക് ഓപ്പറേഷൻ തീയേറ്ററിലെ കുപ്പയിൽ പതിക്കേണ്ട കണ്ണുകളൊക്കെയും ആശ്വാസത്തോടെ നിറഞ്ഞുതുളുമ്പി.

ഇഞ്ചക്ഷൻ സൂചിയുമായി വന്നെത്തിയ നേഴ്സ് ഈ കാഴ്ച കണ്ട് അദ്ഭുതത്തോടെ ചോദിച്ചു.

'അല്ലാ, ഇതെന്താ കരയുന്നോ. ബ്ലാക്കിനെ വിലങ്ങിട്ടത് നന്നായി എന്നല്ലേ കരുതേണ്ടത്.'

സിസ്റ്റർ പുഞ്ചിരിച്ചുകൊണ്ടാണ് അത് പറഞ്ഞതെങ്കിലും മാസ്കിനുള്ളിലെ പുഞ്ചിരി കണ്ണിലാണ് അവർ ദർശിച്ചത്.

'അല്ല സിസ്റ്റർ, ഞങ്ങളുടെ കണ്ണുകൾക്ക് ഇനിയും ഈ ലോകത്തിലെ കാഴ്ച കാണാനാകുമല്ലോ എന്നോർത്ത് കരഞ്ഞുപോയതാ.'

'ശരി, ശരി. ആനന്ദാശ്രൂ....' അതാണല്ലോ ലോകത്തിന് ആവശ്യവും.

'ഈ പി.പി.ഇ. കിറ്റിനുള്ളിൽ കിടന്ന് പിടയുന്ന ഞങ്ങൾക്കും കിട്ടുമല്ലോ പുതുജീവൻ. അതും ഒരാശ്വസമാ.'

ആനന്ദത്താൽ നേഴ്സിന്റെ കണ്ണുകളും നിറഞ്ഞൊഴുകിയെങ്കിലും അത് ആ കണ്ണടച്ചില്ലിനുള്ളിൽ മഞ്ഞുതുള്ളികളായി രൂപാന്തരം പ്രാപിച്ചുവന്നു.

അപ്പോൾ വാർഡിൽ നിന്ന് ഏതോ ഒരാൾ ശ്രുതിമധുരമായ ഗാനത്തിന് ഈണം പകർന്നു നൽകുകയായിരുന്നു.

'പ്രാണനായികേ നിന്നെ കാണാൻ ഞാൻ
ഏഴു കടലുകൾ താണ്ടി വന്നൂ...
ഏഴ് നിറങ്ങളാൽ സ്വപ്നം നെയ്തൂ...'

വാർഡിലെ കേൾവിക്കാരെല്ലാം ആ പാട്ടിന് താളമിട്ട് നീട്ടിപ്പാടി.

പ്രാണനായികേ നിന്നെ കാണാൻ ഞാൻ...

❁

തേജസ്വി

ചിുണക്കുട്ടിയായി പിറന്ന നീതുവിന് പൊന്നിന്റെ നിറവും, തങ്കത്തിന്റെ മാറ്റുള്ള സ്വഭാവവുമാണ് ഉണ്ടായിരുന്നത്.

വിദ്യാലയത്തിൽ ചേർത്തതോടെ താരപദവിയിലേയ്ക്ക് അവൾ ഉയർന്നു.

സമപ്രായക്കാരെല്ലാം അവൾക്ക് ഉറ്റസുഹൃത്തുക്കളായിരുന്നു.

അതിനാൽതന്നെ സനൽ, സിന്ധു, ഫാത്തിമ, നഫീസ, ഔസേപ്പ്, ഡാലിയ - എന്നിവർ വേറിട്ടു നിന്നു.

കാരണം അവരെല്ലാം 'പഠിപ്പിസ്റ്റിന്റെ' പട്ടികയിൽ ഉൾപ്പെട്ടവരായിരുന്നു. ക്ലാസിൽ പരസ്പരം 'ബുദ്ധിക്കസർത്ത്' കാട്ടി അവർ അഭിമാനിച്ചിരുന്നു.

എങ്കിൽ ചില മനസ്സുകളിൽ 'സാഡിസ്റ്റ്' സ്വഭാവം രൂഢമൂലമായി ഒളിഞ്ഞിരിപ്പുണ്ടായിരുന്നു.

'എല്ലാം നേരെ ചൊവ്വേ' എന്നായിരുന്നു നീതുവിന്റെ രീതി. മറ്റു കുട്ടികളെയപേക്ഷിച്ച് നീതുവിന് ഒരു പ്രത്യേകത കൂടിയുണ്ട്. പാവങ്ങളോടുള്ള ദയ.

പാവപ്പെട്ട വീട്ടിലെ കുട്ടികൾക്ക് പുസ്തകവും ബേഗുമെല്ലാം അവൾ അമ്മയോട് പറഞ്ഞ് സമ്മതിപ്പിച്ച് വാങ്ങിക്കൊടുക്കാറുമുണ്ട്. ക്ലാസ്സിൽ ഫസ്റ്റാകണം - എന്ന ചിന്തയോടെയാണ് പഠിത്തം.

ക്ലാസ്സിൽ എപ്പോഴും ഫസ്റ്റ് കിട്ടാറുള്ള ഔസേപ്പിനോട് മത്സരിച്ചാണ് അവൾ പഠിക്കുക. ഔസേപ്പും വിട്ടുകൊടുക്കില്ല.

പരീക്ഷാപേപ്പറുമായി ടീച്ചർ ക്ലാസിലെത്തുമ്പോൾ ഈയിടെയായി രണ്ടു ഫസ്റ്റാണ് ക്ലാസിലുണ്ടാകുക.

പേപ്പർ കൊടുക്കുന്നതിന് മുമ്പുതന്നെ മറ്റു കുട്ടികൾ ഊഹം വെച്ച് വിളിച്ചുപറയും - ടീച്ചറേ, ഔസേപ്പും നീതുവുമല്ലേ ഫസ്റ്റ്.

ടീച്ചറുടെ ഉത്തരം ഒരു ചെറുപുഞ്ചിരിയിൽ ഒതുങ്ങും.

പത്താം ക്ലാസ് പരീക്ഷയെത്തി. സ്ക്കൂളിലെ ഒന്നാം റാങ്ക് ഞാൻ വാങ്ങുമെന്ന് നീതുവും, ഞാൻ വാങ്ങുമെന്ന് ഔസേപ്പും ഉറപ്പിച്ചു പറഞ്ഞു. മത്സരിച്ചുള്ള പഠനം കണ്ട് ഹെഡ്ടീച്ചർക്കായിരുന്നു ആശങ്ക.

വാശി നല്ലതു തന്നെ. പക്ഷേ... വാർഷികപ്പരീക്ഷാ റിസൽറ്റ് വന്നപ്പോൾ ഒരു മാർക്ക് കൂടുതൽ ഔസേപ്പിന്.

അതുകൊണ്ടുതന്നെ സ്റ്റേജിൽ സമ്മാനത്തിനായി സ്വീകരണച്ചടങ്ങിനെത്തിയ ഔസേപ്പ് നീതുവിനെ നോക്കി ഗമയിൽ ഞെളിഞ്ഞിരുന്നു. 'ഇപ്പോൾ എങ്ങനുണ്ട്' - എന്ന നോട്ടവും തൊടുത്തുവിട്ടു.

എന്നാൽ എല്ലാവരെയും അദ്ഭുതപ്പെടുത്തിക്കൊണ്ട് അനൗൺസർ വിളിച്ചുപറഞ്ഞത് നീതുവിന്റെ പേരാണ്.

'സ്ക്കൂളിന്റെ അഭിമാനമായി രണ്ടാം റാങ്കിൽ നീതു തിളങ്ങി നിൽക്കുന്നു." പുതിയ കാലഘട്ടത്തിൽ പെൺകുട്ടിയ്ക്ക് ലഭിച്ച അംഗീകാരമായി കരുതി ശിരസാ വഹിച്ച് അവൾ കൈകൂപ്പി.

ഔസേപ്പിന്റെ മുഖം മങ്ങി. അവൻ കസേരയിൽ നിന്നെഴുന്നേറ്റ് സ്റ്റേജിൽ നിന്ന് താഴേയ്ക്ക് ഇറങ്ങാൻ തുടങ്ങി.

കാര്യഗൗരവം മനസ്സിലാക്കിയ ട്രീസടീച്ചർ സ്റ്റേജിൽ ഒരു ഡയലോഗ് ഇട്ടു.

"സ്ക്കൂളിലെ പ്രതിഭാശാലിയും അഭിമാനതാരവുമായ വലിയവീട്ടിൽ ഔസേപ്പ് ഈ വർഷത്തെ ഒന്നാം റാങ്ക് കരസ്ഥമാക്കിയിരിക്കുന്നു."

സ്റ്റേജിൽ രണ്ട് മിനിറ്റ് നിലയ്ക്കാത്ത കയ്യടിമേളം. ഒപ്പം വീണ്ടും അനൗൺസ്മെന്റ്.

"റാങ്ക് ജേതാവിന് അനുമോദനത്തിന്റെ പൂച്ചെണ്ട് സമർപ്പിക്കാനായി രണ്ടാം റാങ്കുകാരി നീതുവിനെ ക്ഷണിക്കുന്നു."

വിജയാഹ്ലാദത്തിന്റെ ആരവം അത്യുച്ചത്തിൽ മുഴങ്ങി. ലൈറ്റുകൾ മിന്നിത്തിളങ്ങി.

നീതു അത്യുത്സാഹത്തോടെ പൂച്ചെണ്ടുമായി ഔസേപ്പിന്റെ അടുത്തെത്തി.

"വേണ്ട, ഈ കുട്ടി എനിക്ക് പൂച്ചെണ്ട് തരേണ്ട. ടീച്ചർ തന്നാൽ മതി." ഔസേപ്പിന്റെ മുഖം ദേഷ്യത്താൽ ചുവന്നു.

"മോനേ, നിങ്ങൾ രണ്ടുപേരും ബുദ്ധിയിൽ തുല്യരല്ലേ, ഒരു മാർക്ക് - ഒരു മാർക്ക് മാത്രമല്ലേ അവൾക്ക് കുറഞ്ഞുള്ളൂ."

അതുകൊണ്ട് ടീച്ചർ പറഞ്ഞത് മോൻ അനുസരിക്കണം – "ദേഷ്യമുള്ള മുഖമൊക്കെ മാറ്റി ഒന്നു പുഞ്ചിരിക്കാൻ ശ്രമിക്കൂ. അതല്ലേ നമുക്ക് ഇപ്പോൾ വേണ്ടത്."

സ്നേപൂർണമായ ആ വാക്കിൽ അവൻ നീതുവിൽ നിന്ന് പൂച്ചെണ്ട് വാങ്ങാൻ സമ്മതിച്ചു.

പക്ഷേ, മനസ്സ് തുറന്ന് പുഞ്ചിരിക്കുന്ന നീതുവിന്റെ കണ്ണിൽ നോക്കാതെ, ഗൗരവത്തിലായിരുന്നു അവന്റെ ആ നില്പ്.

ഔസേപ്പിന്റെ ആ പെരുമാറ്റത്തിൽ നീതുവിന് വല്ലായ്മ അനുഭവപ്പെട്ടെങ്കിലും അവളതെല്ലാം മനസ്സിലൊതുക്കി പുറമെ ചിരിച്ചുനിന്നു.

വിദ്യാലയത്തിലെ ഗംഭീര പ്രസംഗത്തിന് ശേഷം മെറിറ്റ് കാർഡും ട്രോഫിയും സമ്മാനിച്ച് വിദ്യാലയാധികൃതർ അവരെ യാത്രയാക്കി.

പരിപാടി കഴിഞ്ഞ് മടങ്ങുമ്പോൾ കാറിൽ കയറിയ ഔസേപ്പ്, ബസ്സ് കാത്തുനിന്ന നീതുവിനോട് പറഞ്ഞു.

"നോക്കിക്കോടീ, നിന്നെ ഞാൻ തോൽപ്പിക്കും. എപ്പോഴെങ്കിലും... എപ്പോഴെങ്കിലും ഒരിക്കൽ."

നീതു തിരിച്ചടിച്ചു. "നീയെത്ര തോല്പിക്കാൻ ശ്രമിച്ചാലും ഞാൻ തോൽക്കില്ല. അതുറപ്പാ."

"എന്നാൽ കാണാം."

"കാണാം."

വിദ്യാലയത്തിൽ നിന്നും പിരിഞ്ഞതോടെ രണ്ടുപേരും രണ്ടു വഴിക്കായി. നഗരത്തിലെ പ്രശസ്തമായ കോളേജിലാണ് ഔസേപ്പ് അഡ്മിഷൻ നേടിയത്. നീതുവാകട്ടെ വീട്ടിൽ നിന്നും പോയി പഠിക്കാൻ സൗകര്യമുള്ള ഇടത്തരം കോളേജിലും.

ഇടയ്ക്ക് വഴിയ്ക്കെവിടെയെങ്കിലും വെച്ച് കണ്ടുമുട്ടിയാൽ ഔസേപ്പ് കാണാത്ത ഭാവം നടിച്ച് സ്പീഡിൽ കാറോടിച്ച് പോയ്ക്കളയും. അല്ലെങ്കിൽ മൊബൈൽ ഫോണിൽ കണ്ണുംനട്ടിരിക്കും.

അത്രയ്ക്ക് വാശിയോ? എന്നാൽ ഞാനും മിണ്ടാൻ ശ്രമിക്കുന്നില്ല. നീതുവും കാണാത്ത മട്ടിൽ പോയ്ക്കളയും.

ഡിഗ്രി നല്ല മാർക്കോടെ പാസായി സർട്ടിഫിക്കറ്റ് വാങ്ങിയപ്പോൾ അവൾ കരുതിയത് ഇനിയുമിനിയും പഠിച്ച് ഉന്നതിയിലെത്തണം എന്നാണ്. ജോലിയിൽ ഉന്നതസ്ഥാനത്തെത്തണം. അങ്ങനെ ഔസേപ്പിനോടുള്ള വാശി തീർക്കണം.

പക്ഷേ, ഉണ്ടായത് മറ്റൊന്നാണ് – വിവാഹം.

ഇരുപതാം വയസ്സിൽ തന്നെ അത് ഉറപ്പിച്ചു. പെട്ടെന്ന് അച്ഛന് സ്ട്രോക്ക് വന്നതിനാലും വീട്ടുകാരുടെ നിർബന്ധത്തിന് വഴങ്ങിയും അവൾക്ക് വിവാഹത്തിന് സമ്മതിക്കേണ്ടിവന്നു.

ബാങ്ക് മാനേജരായ ഭർത്താവിൽ നിന്നും സഹകരണ മനോഭാവവും വിട്ടുവീഴ്ചാമനോഭാവവും അവളുടെ മനസ്സിലെ സ്വപ്നങ്ങൾക്ക് ചിറക് വിരിച്ച് പറക്കാൻ പ്രചോദനം നൽകി.

ഭർത്തൃവീട്ടുകാരുടെ സ്നേഹവും പൂർണപിന്തുണയും അവൾക്ക് കിട്ടിയതോടെ ജീവിതത്തിൽ പ്രതീക്ഷയുടെ പച്ചപ്പ് നിറഞ്ഞുനിന്നു.

വിവാഹആൽബത്തിൽ വ്യത്യസ്ത പോസിലുള്ള ഫോട്ടോകൾ അവൾ വീക്ഷിച്ചു കൊണ്ടിരുന്നു. പക്ഷേ അതിൽ വില്ലന്റെ റോളിൽ തെളിഞ്ഞു നിൽക്കുന്ന ചില രൂപങ്ങൾ കാണുമ്പോൾ അവൾക്കെന്തോ വല്ലാത്തൊരു അസ്വസ്ഥത തോന്നി.

എങ്കിലും രാജീവിന്റെയും നീതുവിന്റെയും വിവാഹജീവിതം ആനന്ദ പൂർണമായിരുന്നു. പരസ്പരം മനസ്സിലാക്കിക്കൊണ്ടുള്ള ജീവിതമാണ് അവർ ഇഷ്ടപ്പെട്ടത്. അതിൽ പരിഭവവും പരാതിയുമില്ല. ജീവിതമെന്ന തോണിയിലിരുന്ന് പ്രതിസന്ധികളെ പിന്നിലാക്കാൻ ഒത്തൊരുമിച്ച് തുഴയുകയാണവർ.

വിവാഹദിനവും പിറന്നാളും മനസ്സ് നിറച്ച് ആഘോഷിക്കവേ ആ ആഘോഷത്തിൽ പങ്കുചേരാനായി രണ്ടു കുഞ്ഞുങ്ങളും വന്നെത്തി. ചിലങ്കയും ശങ്കുവും.

പെട്ടെന്നാണവൾ ഓർത്തത്. നാളെ ഓഫീസിൽ എന്തോ പരിപാടിയുണ്ടെന്ന് രാജീവ് പറഞ്ഞിരുന്നു. പാന്റും ഷർട്ടും ഇസ്തിരിയിട്ടില്ല. അവൾ നല്ലൊരു ജോഡി ഡ്രസ്സെടുത്ത് ഇസ്തിരിയിടാൻ തീരുമാനിച്ചു. പെട്ടെന്നാണ് കറന്റ് പോയത്. ഫോണെടുത്ത് മെസ്സേജ് നോക്കിയപ്പോൾ അഞ്ചുമണിവരെ കറന്റ് ഓഫ്.

അവൾ കട്ടിലിനടിയിൽ നിന്നും പഴയ ഓട്ടിന്റെ ഇസ്തിരിപ്പെട്ടി തുടച്ചെടുത്തു. ചിരട്ട തിരഞ്ഞു.

ചിരട്ടയുമായി മുറ്റത്ത് നിന്നും വർക്ക് ഏരിയയിലേക്ക് കയറിയതേയുള്ളൂ. എന്തോ ഒരു രൂക്ഷഗന്ധം മൂക്കിലടിക്കുന്നു. അപരിചിതത്വത്തിന്റെ വലയത്തിൽ അകപ്പെട്ടതുപോലെ.

പെട്ടെന്ന് അച്ഛൻ ചെറുപ്പത്തിൽ പറയാറുള്ള വാചകം ഓർത്തു. "പ്രതിസന്ധികളെ നേരിടാൻ കരുത്തുറ്റ പെൺമനസ്സാണ് വേണ്ടത്."

പക്ഷേ ഇവിടെ.... ഇവിടെ.... രണ്ട് കുഞ്ഞുങ്ങളുമായി ഞാനൊറ്റയ്ക്ക്.

ചെറുത് തൊട്ടിലിലുറങ്ങുന്നു. നഴ്സറിക്കാരി എന്തോ എഴുതുകയാണെന്ന് തോന്നുന്നു. മക്കളെ വിളിക്കാനോ, ഒന്ന് പോയ്നോക്കാനോ സാധി

ച്ചില്ല. കറുത്ത കയ്യുറയിട്ട കൈയ്യിൽ നിന്ന് മിന്നൽപ്പിണർപോലെ എന്തോ ദേഹത്തു പതിച്ചതായി തോന്നി.

നിലത്ത് കിടന്നുരുണ്ടു. അടുത്തുള്ള പൈപ്പിൻ ചോട്ടിലേക്ക് ഓടി അത് തുറന്ന് അവിടെ കിടന്നു.

അപ്പോഴേയ്ക്കും ചിലങ്കമോൾ അടുത്ത വീട്ടിൽ പോയി 'അമ്മ നിന്ന് കത്തുന്നു' - എന്ന് എങ്ങനെയെല്ലാമോ പറഞ്ഞൊപ്പിച്ചു.

അടുത്തവീട്ടിലെ സ്ത്രീകൾ ഒന്നടങ്കം ഓടി വന്നപ്പോൾ ഒരു പുരുഷ രൂപം മതിൽ ചാടിക്കടന്ന് പറന്ന് പൊങ്ങി.

അതാര്? അവർ പരസ്പരം ചോദിച്ചു. സി.സി. ടി.വി തപ്പിയെങ്കിലും അവ്യക്തമായ മുഖം മാത്രമാണ് വ്യക്തമായത്.

സ്ത്രീകളുടെ ഒത്തൊരുമയിൽ ആംബുലൻസെത്തി. മെഡിക്കൽകോളേജിൽ എത്തുമ്പോഴേയ്ക്കും ബോധരഹിതയായിരുന്നു നീതു.

രാജീവ് ലീവെടുത്ത് ഹോസ്പിറ്റലിലിരുന്നു. ബോധം തെളിഞ്ഞപ്പോൾ കുഞ്ഞുങ്ങളെ കാണാൻ ആഗ്രഹിച്ചു. അസുഖം ഭേദമായപ്പോൾ മാത്രമാണ് കുഞ്ഞുങ്ങൾ ഭയന്ന് ഭയന്ന് അടുത്തെത്തിയത്. പ്ലാസ്റ്റിക് സർജറിയിലൂടെ പുനർജ്ജീവിച്ച ശരീരം. കൗൺസിലിംഗിലൂടെ തിരിച്ചെടുത്ത മനസ്സ്.

ആശുപത്രിയിൽ നിന്ന് ഡിസ്ചാർജ് ആയതോടെ സ്വന്തം തറവാട് വീട്ടിലേക്കാണ് രാജീവ് നീതുവിനെ കൊണ്ടുപോയത്. മെല്ലെ മെല്ലെ ജീവിതത്തിലേക്ക് തിരിച്ചുകയറ്റാൻ ഭർത്തൃവീട്ടുകാരും ബന്ധക്കാരും സ്വന്തക്കാരുമെല്ലാം നന്നായി പരിശ്രമിച്ചു.

നിറമുള്ള വസ്ത്രം ധരിക്കാനും ഇഷ്ടപ്പെട്ട ഭക്ഷണം കഴിക്കാനും ചെറു യാത്രകൾ ചെയ്യാനും അവൾ തയ്യാറായി. മക്കളുടെ പിറന്നാളും വിവാഹദിനവും ആർഭാടമായിത്തന്നെ ആഘോഷിച്ചു. ആയിടയ്ക്കാണ് രാജീവന്റെ പിറന്നാൾ ദിനം വരുന്നത്.

"നാളത്തെ പിറന്നാളിന് ഒരു സർപ്രൈസ് ഉണ്ടാകും.' നീതു ഓർമ്മിപ്പിച്ചു.

"ഓഹോ, എങ്കിൽ ഞാൻ നിനക്കും ഒരു സർപ്രൈസ് തരാൻ തീരുമാനിച്ചിട്ടുണ്ട്."

"എങ്കിൽ നമുക്ക് ഒരുമിച്ച് പോകാം. പരസ്പരം കാണിക്കാതെ പർച്ചേയ്സ് ചെയ്യാം. എന്നിട്ട് നാളെ തുറന്ന് കാണിക്കാം."

"ശരി, അങ്ങനെയെങ്കിൽ അങ്ങനെ. ഞാൻ സമ്മതിച്ചു." രാജീവ് അവളുടെ നിറുകയിൽ ഉമ്മ വെച്ചു.

"ബെർത്ത് ഡേ പാർട്ടിയ്ക്കുള്ള സാധനങ്ങൾ രാജീവ് വാങ്ങൂലേ. എന്താണ് ഇഷ്ടമെന്ന് വെച്ചാൽ അതങ്ങ് വാങ്ങിച്ചോളൂ."

"എനിക്കു മാത്രമായിട്ട് എന്തിഷ്ടം? ഒരുമിച്ചല്ലേ നാം തീരുമാനിക്കാറ്."

"എന്നാൽ ഓഫീസിൽ നിന്ന് വൈകിട്ട് വിളിച്ചാൽ മതി. നമുക്ക് ഒരുമിച്ച് പോകാം. ഇപ്പോൾ തന്നെ വൈകി." രാജീവ് കാറെടുത്ത് ഇറങ്ങി.

"റ്റാറ്റാ..." പറഞ്ഞ് കുട്ടികൾ അകത്തേയ്ക്ക് മാറി.

അന്ന് വൈകുന്നേരം മൂന്നുമണിയാകുമ്പോൾ നീതുവിന് ഒരു ഫോൺകോൾ.

"ഒരു സന്തോഷവാർത്തയുണ്ട്. പറയട്ടെ."

"വേഗം പറയ്, കേൾക്കട്ടെ."

"എനിക്ക് ഒരു ട്രാൻസ്ഫറുണ്ട്. സ്ഥാനക്കയറ്റവും. ആറ് ജില്ലയുടെ ചാർജ്ജാ വഹിക്കേണ്ടത്...."

"അപ്പോൾ നമ്മുടെ ബെർത്ത്ഡേ സെലിബ്രേഷൻ?"

"അത് നാളെ രാവിലത്തേയ്ക്കാക്കി മാറ്റാം. രാവിലെ ടൗണിൽ പോയാൽ പോരേ?"

"ങാ, വേറൊന്ന് പറയാൻ മറന്നു. ഇന്നിവിടെ സഹപ്രവർത്തകരുടെ വക പാർട്ടിയുണ്ട്. രാത്രി വൈകിയേ വീട്ടിലെത്തൂ കേട്ടോ..."

"എന്നാൽ പാർട്ടി തുടങ്ങുന്നതിന് മുമ്പ് ഒന്ന് വീട്ടിൽ വന്നൂടെ?"

"അതിന് സമയം കിട്ടുമെന്ന് തോന്നുന്നില്ല."

"രാത്രി വൈകിയാൽ ഒറ്റയ്ക്ക് പോരണ്ട, ഇവിടെ നിന്ന് അനുജനെ അങ്ങോട്ടേയ്ക്ക് വിടട്ടെ."

"അതൊന്നും വേണ്ട. ഞാൻ അത്രയൊന്നും അടിക്കൂലാ. എനിക്ക് വണ്ടിയോടിക്കാനുള്ളതല്ലേ?"

"എങ്കിൽ ഇടയ്ക്കിടയ്ക്ക് വോയ്സ് മെസേജെങ്കിലും ഇടണേ."

"അത് പിന്നെ ഞാൻ അയയ്ക്കാതിരിക്കുമോ?"

രാജീവ് അങ്ങനെ പറഞ്ഞെങ്കിലും എന്തുകൊണ്ടോ നീതുവിന്റെ മനസ്സ് ആശങ്കാഭരിതമായിരുന്നു. രാത്രി ഏഴുമണിക്കാണ് പാർട്ടി തുടങ്ങുക. ഗ്ലാസ്സുകൾ കൂട്ടിയടിക്കുന്ന ശബ്ദം തലയിൽ വന്നടിയ്ക്കുന്നതുപോലെ അവൾക്ക് തോന്നി. അവൾ വിശ്രമിക്കാനായി കിടക്കയിലേയ്ക്ക് ചാഞ്ഞു.

മെല്ലെ മയക്കത്തിലേക്ക് ആണ്ടുപോകവേ എന്തോ ശബ്ദം കേട്ട് ഞെട്ടിയുണർന്ന് അവൾ ടിവി ഹാളിലേക്ക് ഓടിയെത്തി. ഉറക്കെ നിലവിളിച്ചു.

പെട്ടെന്ന് എല്ലാ ലൈറ്റും ഓഫായി. ആരെയും പരസ്പരം കാണുന്നില്ല. ഒരു ടോർച്ചോ, മൊബൈൽ പോലുമോ കയ്യെത്തുന്നിടത്തില്ല. മുകളിലെ കിടപ്പുമുറിയിൽ നിന്നും എന്തെല്ലാമോ നിലത്തുവീഴുന്ന ശബ്ദം.

ചലിക്കാനാവാതെ, നിലവിളിക്കാനാകാതെ നീതു ഹാളിൽ തന്നെയിരുന്നു. കോണിപ്പടിയ്ക്കടുത്തുള്ള ജനാലയുടെ ഗ്ലാസ് തകർത്ത് ഒരു രൂപം പുറത്തേയ്ക്ക് ചാടുന്ന ശബ്ദം കേൾക്കാം.

എല്ലാ മുറിയിൽ നിന്നും ആളുകൾ ചോദിക്കുന്നു. 'നിങ്ങളൊക്കെ എവിടെയാ? ഈ കറന്റ് എന്താ വരാത്തത്?'

അമ്മയുടെ ശബ്ദമാണെന്ന് തോന്നുന്നു.

അല്പസമയം ആരും മിണ്ടിയില്ല. ലൈറ്റ് തെളിഞ്ഞപ്പോൾ എല്ലാവരും ടിവി ഹാളിലെത്തി.

ഭയന്ന മുഖങ്ങൾ. പെട്ടെന്നാണ് ഫോണടിച്ചത്. ഫോണെടുത്തത് ഏട്ടന്റെ ഭാര്യയാണ്.

"രാജീവന് സുഖമില്ല. ബോധം മറഞ്ഞപോലെ. മെഡിക്കൽ കോളേജിലേക്ക് കൊണ്ടുപോയിട്ടുണ്ട്."

"നീതു..." ഏട്ടത്തിയമ്മ ഫോണുമായി അവളുടെയടുത്തെത്തി.

"ഗിരിജേച്ചി പറഞ്ഞുവോ രാജീവനോട് വീട്ടിൽ കള്ളൻ കയറിയ വിവരം."

"ഇതാ, ഇതു നോക്കൂ... കോണിപ്പടിയിലുടനീളം ഫയലുകൾ വീണു കിടക്കുന്നു."

"വാ, നമുക്ക് പോയി നോക്കാം. രാജീവ് ഓർമ്മിപ്പിക്കാറുള്ള ചുവന്ന ഫയൽ അവിടെയുണ്ടോ എന്ന്."

അവൾ ഗിരിജേച്ചിയെ പിടിച്ചുവലിച്ച് കോണിപ്പടിയ്ക്കടുത്തെത്തി.

"യ്യോ... എന്താ ഇത്?" ഗിരിജേച്ചി നിലവിളിച്ചു.

ഫോൺ വീണ്ടുമടിച്ചു. അമ്മയാണ് ഫോണെടുത്തത്. കേൾക്കാൻ ശക്തിയില്ലാതെ അവർ നിലത്തടിച്ച് വീണു. അനുജൻ വിനയ് ഓടിയെത്തി അമ്മയെ താങ്ങിയിരുത്തി വെള്ളം നൽകി. നീതു പോയി ഫോണെടുത്തു. ഗിരിജേച്ചിയേയും കൂട്ടി നേരെ പോലീസ് സ്റ്റേഷനിലെത്തി.

വീട്ടിലെ സംഭവവികാസവും രാജീവന്റെ ദേഹാസ്വസ്ഥതതയും പരാതിയായി എഴുതി നൽകി.

മെഡിക്കൽ കോളേജിൽ വെച്ച് പോലീസ് കേസ് ഡയറി എഴുതി.

രാജീവന്റെ ചലനമറ്റ ജഡം നീതു കണ്ടെങ്കിലും അവൾ അലമുറയിട്ടില്ല. ശരീരത്തിലെ ഓരോ പോറലുകളും അടുത്തിരുന്ന് വീക്ഷിക്കുകയായിരുന്നു.

പോലീസിനോട് അവൾ പലതും പറയുന്നുണ്ടായിരുന്നു. കേസന്വേഷണത്തിലേക്ക് നയിക്കുന്ന ശക്തമായ സൂചനകൾ തെളിവുകളായി നിലനിന്നു. ചുവന്ന ചട്ടയുള്ള ഫയലിന്റെ തിരോധാനത്തെക്കുറിച്ചുള്ള അന്വേഷണവും ആരംഭിച്ചു.

കേസ് ക്രൈംബ്രാഞ്ച് ഏറ്റെടുത്തു. സൈബർ സെൽ അതിസമർത്ഥമായി കരുക്കൾ നീക്കിക്കൊണ്ടിരുന്നു. സുപ്രീംകോടതിയിലും പരാതി നൽകി. കേസന്വേഷണം പുരോഗമിച്ചതോടെ പ്രതിയെ കണ്ടെത്താൻ സാധിച്ചു. പക്ഷേ, വിലങ്ങുവയ്ക്കാൻ പറ്റാത്ത രീതിയിൽ പ്രതിയ്ക്ക് ഉന്നതങ്ങളിൽ പിടിപാടുണ്ട്.

നീതു, നീതിയ്ക്കായി നിരാഹാരമിരുന്നു. കേസ് അതിവേഗ കോടതിയിലെത്തി. വിധി കേൾക്കാനായി കോടതിവരാന്തയിൽ നീതു കാത്തു നിന്നു.

നരവീണ മുടി ഒതുക്കിവെച്ചിരിക്കുന്നു. പൊള്ളി ചുളുങ്ങിയ ശരീരഭാഗങ്ങൾ ഷാൾ കൊണ്ട് മറച്ചിരിക്കുന്നു. തേജസ്വിയായ സ്ത്രീ രൂപം. വിലങ്ങണിഞ്ഞ കൈകളുമായി പോലീസുകാർക്കൊപ്പം കൂസലില്ലാതെ നടക്കുന്ന പ്രതിയെ നീതു ഒരിക്കൽക്കൂടി സൂക്ഷിച്ചുനോക്കി.

അതെ, ഇത് അയാൾ തന്നെ. നീതുവിനെ കോടതിയിൽ കണ്ട നിമിഷം അയാളുടെ മുഖം വലിഞ്ഞുമുറുകി. ആരോടോ ഉള്ള പ്രതിഷേധമെന്നോണം ഒന്ന് അമർത്തി മൂളി. 'ഉം.'

ആ മൂളലിൽ പണ്ടത്തെ സഹപാഠിയായ വലിയ വീട്ടിൽ ഔസേപ്പിന്റെ വാശി തെളിഞ്ഞു നിന്നിരുന്നു.

'ഉം' നീതുവും ഒന്ന് അമർത്തി മൂളി.

"നീയെത്ര തോല്പിക്കാൻ ശ്രമിച്ചാലും ഞാൻ തോല്ക്കില്ല. തോറ്റിട്ടില്ല."

ചരിത്രത്തിന് മൂകസാക്ഷിയെന്നോണം കോടതിവരാന്തയിൽ ആ സ്ത്രീ ശബ്ദത്തിന്റെ മൂളൽ മറ്റൊലിയായി പലവുരു പ്രതിധ്വനിച്ചു.

പുതുകാഹളം പോലെ.